மக(ர்)ராசன்

மக(ர்)ராசன்

S. நடராஜன்

எழுத்து
பிரசுரம்

Title: Makarrasan
Author's Name: S. Natarajan

Published by Ezutthu Prachuram

Ezutthu Prachuram
(An imprint of Zero Degree Publishing)
No. 55(7), R Block, 6th Avenue,
Anna Nagar,
Chennai - 600 040

Website: www.zerodegreepublishing.com
E Mail id: zerodegreepublishing@gmail.com
Phone: 89250 61999

Ezutthu Prachuram First Edition: December 2023
ISBN: 978-93-95511-84-1
TITLE NO EP: 475

Cover Design & Layout: Vijayan, Creative Studio

தாழ்த்தப்பட்டாய்!
தயங்கியா நின்றாய்?

வீழ்த்தப்பட்டாய்!
விட்டா சென்றாய்?

கவிழ்க்கப்பட்டாய்!
கலங்கியா நின்றாய்?

நசுக்கப்பட்டாய்!
நொடிந்தா போனாய்?

சாதி பேசினர்;
சாதித்து நின்றாய்!

ஏளனம் செய்தனர்;
எதிர்த்து வென்றாய்!

“மகர்!” என்றனர்;
மந்திரி ஆனாய்!

“தலித்!” என்றனர்;
தலைவன் ஆனாய்!

பொருளடக்கம்

பகுதி-அ
மக(ர்)ராசனின் மேதாவிலாசம்

பகுதி-ஆ

மக(ர்)ராசனும் மகாத்மாவும்

முன்குறிப்பு
உங்களிடம் ஒரு கேள்வி

உங்களை ஒரு கூட்டம் எப்போதும் கேலியும், கிண்டலும் செய்துகொண்டே இருக்கிறது என்றும், உங்களை முன்னேற விடாமல் தடுத்துக் கொண்டே இருக்கிறது என்றும் வைத்துக் கொள்ளுங்கள்; உங்களிடம் பணபலமோ, படைபலமோ அல்லது வேறெந்த வகையான பின்புலமோ ஏதுமில்லை என்றும் வைத்துக் கொள்ளுங்கள்; அந்தக் கூட்டத்தை எதிர்த்து நீங்கள் எங்கு சென்று முறையிட்டாலும் அவர்களை யாரும் தட்டிக் கேட்க மாட்டார்கள் என்றும் வைத்துக் கொள்ளுங்கள்! போதும்- இதற்கு மேல் எவ்வளவுதான் வைத்துக்கொள்வது என்று நீங்கள் மனதிற்குள் முனகத் துவங்கிவிட்டீர்களா? சரி, போதும்!

இப்போது உங்களிடம் ஒரு கேள்வி! இந்த நிலையில் நீங்கள் என்ன செய்வீர்கள்? இந்தக் கேள்விக்கு இரண்டு பதில்கள். இவ்விரண்டில் ஏதேனும் ஒன்றைத் தேர்வு செய்யவும்:

“அந்தக் கூட்டத்தைத் தனியாளாக நின்று எதிர்கொண்டு முன்னேறிக் காட்டி அவர்களின் முகத்தில் கரிபூசுவேன்!” என்பீர்களா? அல்லது “மேலே சொன்னதெல்லாம் திரைப்படத்தில்தான் நடக்கும். *Think practically.* அந்தக் கூட்டம் நம்மை விடப் பலம் வாய்ந்தது; அவர்களை எதிர்த்து நம்மால் ஒன்றும் செய்ய முடியாது; அடங்கிக் கிடந்து

அவர்களுக்கு ஆமாம் சாமி போட்டுக் கொண்டிருக்க வேண்டியதுதான்!" என்பீர்களா?

என்ன முடிவு செய்தீர்கள்? இரண்டாவதா? நல்லது. ரிஸ்க் இல்லாத அதே சமயம் தன்மதிப்பும் அறவே இல்லாத வாழ்க்கை முறையைத் தேர்ந்தெடுத்துள்ளீர்கள். "குட்டக் குட்டக் குனிபவன் முட்டாள்" என்னும் பழமொழியை நீங்கள் கேள்விப்பட்டதே இல்லையா?

இல்லையில்லை... என்னுடைய தேர்வு முதலில் கூறப்பட்டதே என்கிறீர்களா? நல்லது. இதைச் செயல்படுத்த என்னென்ன திட்டங்களை மேற்கொள்வீர்கள்? எப்படி முன்னேறிக் காட்டுவீர்கள்? எந்தெந்த விதங்களில் களப்பணி ஆற்றுவீர்கள்? அதற்குரிய உழைப்பை எப்படி அளிப்பீர்கள்? உங்களின் துணைக்கு யார்யார் வருவார்? உங்களின் பேச்சுக்கு எத்தனை நபர்கள் செவிமடுப்பார்கள்? இதனைச் செய்துகாட்ட எவ்வளவு செலவாகும்? அதற்கான வருமான வழிவகைகள் என்ன? இந்தக் கேள்விகளுக்கெல்லாம் பதில்கள் உங்களிடம் உண்டா? ஒருவேளை இதற்கான பதில்களை நீங்கள் மனதில் எண்ணி வைத்திருந்தாலும், நிஜத்தில் அவற்றைச் செய்துகாட்ட உங்களிடம் மனத்துணிவு உள்ளதா? "சொல்லுதல் யார்க்கும் எளிய அரியவாம் சொல்லிய வண்ணம் செயல்" என்பது தாடிக்காரப் புலவரின் கூற்று அல்லவா!

"இப்போது என்ன உன் பிரச்சனை?" என்கிறீர்களா! இதே கேள்விதான் நம்மைப் போன்ற ஒரு நபரிடமும் கேட்கப்பட்டது. அந்தக் கேள்விக்கு அவர் முதல் பதிலையே தேர்வு செய்தார். அவ்வாறு தேர்வு செய்ததோடு மட்டுமல்லாது, அதைச் சாதித்தும் காட்டினார்- இந்த நபர் 'அண்ணாமலை' திரைப்படத்தில் வரும் கதாநாயகர் போன்ற கற்பனை நாயகர் அல்லர்; நம்மைப் போல இரத்தமும், சதையும் கொண்ட உடம்போடு நம்மிடையே வாழ்ந்தவர், நிஜத்தில் சாதித்துக் காட்டியவர்!

அவர்தான் 'பாபாசாகேப்' டாக்டர் பீம்ராவ் ராம்ஜி அம்பேத்கர்!

முன்னுரை

அதென்ன 'மக(ர்)ராசன்?'

பொதுவாகப் பெரியோர்களை 'மகராசன்' என்று வாஞ்சை கலந்த மரியாதையுடன் அழைப்பதுண்டு; அண்ணல் அம்பேத்கரும் மகராசனே! இதையும் தாண்டி, 'மகர்' என்றழைக்கப்படும் தலித் மக்களின் இராசன் அவர் - எனவே அவர் 'மக(ர்)ராசன்!'

வேறொரு கோணத்திலிருந்து பார்த்தால், இப்புத்தகத் தலைப்பில் குறையிருப்பதைக் காணமுடியும் - அண்ணல் அம்பேத்கர் மகர்களுக்கு மட்டுமா இராசன்? சமூகநீதியையும், சமத்துவத்தையும் கண்ணெனப் போற்றி அவற்றைக் கடைப்பிடிக்கும் அனைவருக்கும் அல்லவா அவர் இராசன்!

அண்ணல் அம்பேத்கருக்கும், கார்ல் மார்க்சுக்கும் ஒருவிதத்தில் ஒற்றுமையுண்டு- நாட்டில் அநேகருக்கு இவ்விருவரைப் பற்றித் தெரிந்திருக்கும்; அவர்களில் சிலருக்கு இவர்களின் வாழ்க்கை வரலாறு தெரிந்திருக்கும்; அவர்களுள் சிலருக்கு இவர்கள் கூறிச்சென்ற கருத்துகள், அறிவுரைகள் தெரிந்திருக்கும்; அவர்களில் வெகுசிலரே இவ்விருவர் காட்டிய வழியில் பயணிப்பர்!

அண்ணல் அம்பேத்கரின் எழுத்துகளையும், சொற்பொழிவுகளையும் 17 தொகுதிகளாகத் தொகுத்து, மொத்தமாக இருபது புத்தகங்களை

வெளியிட்டு வருகிறது Dr.Ambedkar Foundation என்ற மத்திய அரசின் நிறுவனம். இவை அச்சுப் புத்தகங்களாகவும் வெளிவருகின்றன; மின்புத்தகங்களாகவும் வலைதளத்தில் பதிவேற்றப்பட்டுள்ளன- (*https://www.mea.gov.in/books-writings-of-ambedkar.htm*). இப்புத்தகங்களில் அண்ணல் அம்பேத்கர் அவர்களின் பட்டை தீட்டப்பட்ட அறிவாற்றலைக் காணலாம்; குற்றால நீர்வீழ்ச்சியைப்போன்ற அண்ணலின் ஆங்கில மொழிப்புலமையை அனுபவிக்கலாம்; நமக்குத் தெரிந்திராத பல செய்திகளைத் தெரிந்துகொள்ளலாம்- சுருக்கமாகச் சொன்னால், இப்புத்தகங்களின் வழியே, அண்ணல் அம்பேத்கரின் ஆளுமையை முழுவதுமாகக் கண்டு இன்புறலாம்.

இப்புத்தகங்களில் ஒன்றிரண்டைப் படித்தபின், எனக்கு ஏற்பட்ட பிரமிப்பும், வியப்பும் அடங்குவதற்குள்ளாக நான் குறிப்பெடுத்து வைத்ததை ஒன்றுதிரட்டி எழுதப்பட்டவையே இக்கட்டுரைகள்! இப்புத்தகங்களைத் தவிரவும், அண்ணல் அம்பேதக்ரைக் குறித்து அறிந்துகொள்ள கீழ்க்காணும் புத்தகங்கள் எனக்கு மிகவும் உதவின:

1. *Dr. Babasaheb Ambedkar Life and Mission- Dhananjay Keer (Popular Prakashan)*
2. *Ambedkar- A critical study- W.N.Kuber (People's Publishing House)*

இவற்றைப் படித்தபின், அண்ணல் அம்பேத்கர் மேல் நான் கொண்டிருந்த மரியாதை இன்னும் பலமடங்கு கூடியது. அதேபோன்ற எண்ணம் அனைவருக்கும் வரவேண்டும் என்ற என்னுடைய ஆசையின் வெளிப்பாடே இந்நூல்.

ரஷ்யப் புரட்சிக்கு வித்திட்டு, பின்னாளில் ரஷ்யாவில் கம்யூனிச ஆட்சியை நிறுவிய லெனின் அவர்கள், போராட்டக் காலங்களில் மறைந்துவாழும்போது நடத்திவந்த செய்தித்தாளின் பெயர் "இஸ்க்ரா" (*ISKRA*- ரஷ்ய மொழியில் 'தீப்பொறி'). புரட்சியென்னும் தீ ரஷ்யாவில் கொழுந்துவிட்டு எரியவேண்டுமென்றும், அதற்கான தீப்பொறியாகத் தன்னுடைய செய்தித்தாள் திகழவேண்டுமென்றும் லெனின் கருதி அவ்வாறு பெயரிட்டார்.

இச்சிறு புத்தகமும் 'இஸ்க்ரா'வைப் போலச் செயல்பட்டு, அண்ணல் அம்பேத்கர் குறித்த ஆழமான புரிதலைச் சமூகத்தில் விளைவிக்க

வேண்டுமென்றும், நிறைய நபர்களை அண்ணலின் கொள்கைகளின்பால் ஈர்க்கவைக்க வேண்டுமென்றும் விரும்புகிறேன்.

இக்கட்டுரைகளைப் படித்துப் பார்த்து என்னை வெகுவாக ஊக்குவித்த என் அலுவலக மற்றும் facebook நண்பர்கள் அனைவருக்கும் நெஞ்சார்ந்த நன்றிகள்.

என்னுடைய இந்த முயற்சியை ஊக்குவித்து, இக்கட்டுரைகளை வெளியிட்டிருக்கும் ஸீரோ டிகிரி பதிப்பாளர்களுக்கு என்னுடைய நெஞ்சார்ந்த நன்றிகள்.

ஜெய் பீம்!

S. நடராஜன்
சென்னை-18.

பகுதி—அ

மக(ர்)ராசனின் மேதாவிலாசம்

ஒப்பற்ற மேதை

அண்ணல் அம்பேத்கர் அவர்களின் எழுத்துகளையும், பேச்சுக்களையும் தொகுத்து இருபது புத்தகங்களை (பதினேழு வால்யூம்கள்) வெளியிட்டு வருகிறது- 'டாக்டர் அம்பேத்கர் ஃபவுண்டேஷன்' என்கிற மத்திய அரசின் நிறுவனம். படிப்பவருக்கு அதுகாறும் பெரும்பாலும் தெரிந்திராத தகவல்களையெல்லாம் இப்புத்தகங்களில் பக்கத்திற்குப் பக்கம் தந்து ஆச்சரியப்படுத்துகிறார் அண்ணல்!

அவருடைய ஒரு கட்டுரையை இரண்டு முறை படித்தால்தான் அவருடைய சிந்தனையோட்டத்தைப் புரிந்துகொள்ள முடிகிறது என்னால். அதுவும் ஆங்கில அகராதியின் துணையின்றி அவருடைய எழுத்துகளை முற்றாகப் படிக்க முடிவதேயில்லை.

இது மட்டுமா? தான் கூறுகின்ற ஒவ்வொரு கருத்துக்கும் தகுந்த வரலாற்றுச் சான்றையோ, சட்டப்பிரிவையோ, செய்தித்தாளில் வந்த செய்தியையோ தன்னுடைய எழுத்துகளில் மேற்கோள் காட்டத் தவறியதில்லை அண்ணல். வழக்கறிஞர் அல்லவா! எதையும் ஆவணத்தோடுதான் நிறுவியிருக்கிறார்! இதில் குறிப்பிடத்தக்க விஷயம் என்னவெனில், அவ்வாறு அவர் எடுத்துக் காட்டியிருக்கின்ற பல்வேறு வரலாற்றுச் செய்திகள் அதுவரையில் பெரும்பாலானோருக்குத் தெரிந்திருக்க வாய்ப்பில்லை.

இவ்வாறு அவர் தொட்டுச்சென்ற பல்வேறு வரலாற்றுச் செய்திகள் குறித்து விக்கிபீடியாவில் பார்க்கும்போதுதான் சட்டென்று தோன்றியது. இத்தகைய கட்டுரைகளை அம்பேத்கர் அவர்கள் குறைந்து எழுபதாண்டுகளுக்கு முன்னராவது எழுதியிருப்பார். அப்போது இணைய வசதியோ, கணிப்பொறி வசதியோ, அமேசான் கிண்டில் போன்ற மின்புத்தக வசதிகளோ, அவ்வளவு ஏன்? ஸ்மார்ட்ஃபோன் வசதி கூட கிடையாது; புத்தகங்களைப் படித்தால் மட்டுமே தகவல்களைத் திரட்ட முடியும்!

இவ்வாறு பல்வேறு தடைகளைக் கடந்து, பல்லாயிரக்கணக்கான புத்தகங்களைப் படித்துமுடித்து, அவ்வாறு படித்தவற்றைப் பயன்படுத்தி இத்தகைய புத்தகங்களை அம்பேத்கர் எழுதியிருக்கிறார். விரல்நுனியில் மேற்சொன்ன வசதிகள் பல இருந்தும், எழுபதாண்டுகளுக்கு முன்னர் அம்பேத்கர் கூறிய பல செய்திகள் நமக்குத் தெரிந்திருக்கவில்லை என்றால், அண்ணலின் மேதைமையை என்னவென்று புகழ்வது!

இந்தச் சிந்தனையை மேற்கொண்டு தொடர இன்னொரு கேள்வியும் எழுந்தது- இன்று அம்பேத்கர் அவர்கள் நம்மிடையே இருந்திருந்தால் இன்றைய தொலைத்தொடர்பு வசதிகளை முழுவதுமாகப் பயன்படுத்தி இன்னும் என்னென்னவெல்லாம் படித்திருப்பார்? இன்னும் என்னென்ன தகவல்களையெல்லாம் நமக்குக் கற்றுத் தந்திருப்பார்!

எவ்வித ஐயத்திற்கும் இடம்வேண்டாம். அண்ணல் அம்பேத்கர் ஈடு இணையற்ற, ஒப்பற்ற மேதை!

தினசரி பழக்கவழக்கங்கள்

அமைச்சராவதற்கு முன்புவரை அண்ணல் அம்பேத்கர் அவர்களின் அன்றாட பழக்கவழக்கங்கள் குறித்து தனஞ்செய் கீர் தன்னுடைய புத்தகத்தில் பட்டியலிட்டுள்ளார்.

அதிகாலையில் கண்விழிப்பாராம் அம்பேத்கர், ஒருவேளை இரவு படிக்காமல் உறங்கியிருந்தால்! இல்லையெனில், இரவு முழுதும் படித்துக்கொண்டே இருப்பாராம். பிறகு காலையில் தாமதமாகத்தான் கண்விழிப்பாராம்!

சிறிதுநேர உடற்பயிற்சி, குளியல், பிறகு காலை உணவு. செய்தித்தாளைப் படித்தபிறகு, மதிய உணவு. பிறகு, கோர்ட்டுக்குச் செல்வாராம்!

கோர்ட்டில் வேலை முடிந்தபிறகு, புத்தகக்கடைகளுக்குச் சென்று கைநிறைய புத்தகங்களை வாங்கிவருவாராம். ஒருவேளை நண்பர்களைப் பார்க்கப்போனால் அவர்களிடமிருந்து ஏதாவது புத்தகத்தைப் படிப்பதற்காக வாங்கிக்கொண்டு வருவாராம். பிறகு, கையில் புத்தகத்துடன் இரவு உணவு. இதன் பிறகு விடிய விடிய படிப்பு!

வடமொழியைக் கற்பதா?

எந்த ஒரு தலைப்பை எடுத்துக்கொண்டாலும் அதை முழுவதுமாக ஆராய்வது பாபா சாகேப் அம்பேத்கர் அவர்களின் முறை. 'வைகைப்புயல்' வடிவேலு அவர்களின் பாணியில் கூறினால் 'அடிமட்டம் வரைக்கும் போய் அலசி' ஆராய்பவர் அம்பேத்கர் அவர்கள்.

கல்லூரி பயிலும்போது வடமொழி கற்க விரும்பிய அம்பேத்கர் அவர்களை, வடமொழி பயில விடாமல் செய்தது சாதிவெறி! (அதெல்லாம் 'தேவர்கள் மொழி'யாம்! தாழ்த்தப்பட்டவரின் வாயில் அதெல்லாம் நுழையலாகாதாம்!- நிற்க! 'படையப்பா' படத்தில் ரஜினி அவர்களும் இதையேதான் கூறியிருப்பார்- 'அதெல்லாம் தேவலிபி!' என்று).

வடமொழியின் மீது அம்பேத்கர் அவர்களுக்கு என்ன ஆர்வம்? இந்து மதத்தில் நிலவிய தீண்டாமையைத் தூக்கிப்பிடித்த புத்தகங்களின் மூலத்தைத் தெரிந்துகொள்ளும் முயற்சியின் வெளிப்பாடே அம்பேத்கரின் வடமொழி கற்கும் ஆர்வம்!

கல்லூரியில் அனுமதிக்காவிட்டால் என்ன? கல்லூரிக்குப் பிறகு வடமொழியை முனைந்து படித்த அம்பேத்கர், வேதங்களைக் குறித்துப் பிற்பாடு எழுதுகையில் புட்டுப்புட்டு வைத்திருக்கிறார். வேதங்களைப்

பயின்று, அதையே தன்னுடைய தொழிலாக வைத்துக்கொண்டுள்ள பல புரோகிதர்களுக்குக் கூடத் தெரியாதவற்றையெல்லாம் அம்பேத்கர் அவர்கள் தெரிந்து வைத்துக்கொண்டு, அவற்றைத் தன்னுடைய நூலில் வெளிப்படுத்தியுள்ளார்.

ஓர் எடுத்துக்காட்டு:

வேதங்கள் நான்கு வகைப்படும்- ரிக், யஜூர், சாமம் மற்றும் அதர்வணம். இவற்றுள் யஜூர் வேதத்தில் இரு பிரிவுகள்- சுக்ல யஜூர் வேதம் மற்றும் கிருஷ்ண யஜூர் வேதம். இந்த இருபிரிவிற்குமிடையே அடிப்படையில் என்ன வேறுபாடு என்ற கேள்விக்கு மிக எளிமையான விளக்கத்தை அம்பேத்கர் முன்வைக்கிறார்- 'சுக்ல யஜூர் வேதம்' என்றால் 'வெள்ளை யஜூர் வேதம்'; 'கிருஷ்ண யஜூர் வேதம்' என்றால் 'கருப்பு யஜூர் வேதம்' ('கிருஷ்ண' என்றால் 'கருப்பு' என்று பொருள் - 'கண்ணா! கருமை நிறக் கண்ணா!' என்ற கவியரசர் கண்ணதாசனின் பாடலை நினைவுகூரவும்! அதே போல 'சுக்ல' என்றால் 'வெள்ளை' என்று பொருள்- ஆணின் விந்துவுக்கு 'சுக்கிலம்' என்றொரு பெயர் வந்தது இதன் காரணமாகவே!)

வேதத்தைத் தன்னுடைய வாழ்க்கைத் தொழிலாக வைத்துக் கொண்டுள்ள பலரால் கூட இத்தகைய எளிமையான அடிப்படை வேறுபாட்டை விளக்கிக் கூற முடியாது. அத்தனை ஆழமாகக் கற்றவர் அண்ணல் அம்பேத்கர் அவர்கள்.

இதுவரையில் இந்தியாவில் அமைச்சர்களாகப் பணியாற்றிய எவரையும் விட அதிகம் படித்தவர், அறிவுக்கூர்மை வாய்ந்தவர் அண்ணல் அம்பேத்கர் அவர்கள் என்பதை உறுதியாகக் கூறலாம்.

Boswellian

அண்ணல் அம்பேத்கரைக் குறித்து நாம் படிக்கும் ஒவ்வொரு முறையும் நமக்கு அதுவரையில் தெரிந்திராத ஏதாவது ஒன்றைக் கற்றுக்கொடுத்துக்கொண்டேயிருப்பார். (எத்தனை பெரிய வார்த்தை!) அண்ணல்! இந்த முறை எனக்கு அண்ணல் கற்றுத்தந்ததுதான் இக்கட்டுரையின் தலைப்புச்சொல்- *Boswellian!*

1932இல் நடந்த பூனா ஒப்பந்தத்தைக் குறித்து காந்தியடிகளின் பணியாளராக இருந்த பியாரிலால் என்பவர் '*The Epic Fast*' என்ற புத்தகம் எழுதினார். அப்புத்தகம் குறித்தே அண்ணல் அவர்கள் '*Boswellian*' என்று விமர்சித்தார்.

Boswellian என்றால் என்ன? அளவுக்கு அதிகமாகப் புகழ்ந்து எழுதப்படுபவற்றை '*Boswellian*' என்பர். இதற்குப் பின்னால் ஒரு சம்பவம் உள்ளது. 'புனா ஒப்பந்தம்- ஒரு சோகக்கதை' என்னும் சிறுநாலில் அறிஞர் தொ.பரமசிவன் அவர்கள் மிக எளிமையாக இதுகுறித்து விளக்கியுள்ளார்:

ஆங்கில மொழியின் பேரகராதியைத் தொகுத்தவர் சாமுவேல் ஜான்சன் (*Samuel Johnson*) என்னும் அறிஞர். இந்த அரிய செயலைச் செய்தபின்பும் அவருடைய பெருமையை அவர் காலத்து மக்கள் உணரவில்லை. எனவே, ஜான்சனை அளவுக்கதிகமாகப் புகழ்ந்து

அவருடைய மாணவர் ஜேம்ஸ் போஸ்வெல் (*James Boswell*) என்பவர் ஒரு புத்தகம் எழுதி வெளியிட்டார். அப்புத்தகத்தின் வாயிலாகத்தான் ஜான்சனைப் பற்றி உலகம் அறிந்துகொண்டது. எனவே, அளவுக்கதிகமாகப் புகழ்ந்து எழுதப்படும் படைப்புகளை '*Boswellian*' எனச் சுட்டுவது ஆங்கில மரபானது.

இத்தனையையும் தெரிந்து வைத்திருந்த அண்ணல் அம்பேத்கர் அவர்கள், காந்தியடிகளின் செயலை மிகைப்படப் புகழ்ந்து எழுதப்பட்ட '*The Epic Fast*' நூலை '*Boswellian*' என்று நெற்றிப்பொட்டில் அடித்தாற்போல விமர்சித்திருக்கிறார்.

Munich Mentality

இரண்டாம் உலகப் போர் துவங்கிய நேரத்தில் இங்கிலாந்தின் நிலை சற்றுப் பின்தங்கி இருந்தது. ஹிட்லர் தொடர்ச்சியாக ஐரோப்பிய நாடுகளை ஒன்றன்பின் ஒன்றாக வளைத்துக் கொண்டிருக்க, இங்கிலாந்தோ கையறுநிலையில்...

போரில் இந்தியச் சிப்பாய்களைப் பெருமளவில் பங்கேற்க வைப்பதற்கு இந்தியத் தலைவர்களைக் கட்டாயப்படுத்த வேண்டிய சூழலுக்கு இங்கிலாந்து தள்ளப்பட்டது. அப்போதோ இந்தியாவில் விடுதலைப் போராட்டம் தீவிரமான நிலையில்!

இந்தச் சூழலில், 1942ஆம் ஆண்டு சர் கிரிப்ஸ் (*Sir Stafford Cripps*) என்ற பிரிட்டன் அமைச்சரின் தலைமையிலான தூதுக்குழு (*Cripps Mission*) இந்தியாவிற்கு வந்து சில சலுகைகளை அறிவித்து, கைமாறாக உலகப் போரில் இந்தியர்களின் ஒத்துழைப்பைக் கோரியது. தாழ்த்தப்பட்டோருக்கு எவ்வித சலுகைகளையும் அறிவிக்காத இத்தூதுக்குழுவின் நடத்தையைத்தான் பாபா சாகேப் அம்பேத்கர் அவர்கள் '*Munich Mentality*' என்றார். கிரிப்ஸ் தூதுக்குழுவின் வாக்குறுதிகளைக் குறித்து காந்தியடிகள் கூறியது '*Post-dated cheque in a failing bank.*' அதே தூதுக்குழு குறித்து பாபா சாகேப் அவர்கள் கூறியதே '*Munich Mentality!*'

அதென்ன '*Munich Mentality?*'

கொடுங்கோலன் ஹிட்லர் தனது ஆட்டத்தைத் துவங்கிய நேரம். முதலில் ஆஸ்திரியாவைக் கைப்பற்றியவன், பிறகு செக்கோஸ்லாவக்கியா மீது கண் வைத்தான். அப்போது பிரிட்டனின் பிரதமராக இருந்த சாம்பர்லெய்ன் (*Neville Chamberlain*) ஹிட்லரைச் சமாதானப்படுத்தும் கொள்கையைக் கடைப்பிடித்து (*Policy of Appeasement*) அதன் விளைவாக ஹிட்லருடன் 1938ஆம் ஆண்டு *Munich* நகரில் ஒப்பந்தம் செய்துகொண்டார்.

அதன் சாராம்சம்- 'ஹிட்லர் செக்கோஸ்லாவக்கியாவைக் கைப்பற்றிக் கொள்வதில் பிரிட்டன் தலையிடாது; ஆனால் மேற்கொண்டு ஹிட்லர் இவ்வாறு செய்யக்கூடாது!' என்பதே! அதாவது, ஹிட்லரைச் சமாதானப்படுத்த செக்கோஸ்லாவக்கியா தாரைவார்க்கப்பட்டது. சாம்பர்லெய்னின் இத்தகைய மனநிலையைத்தான் கிரிப்ஸ் தூதுக்குழுவின் வாக்குறுதிகளோடு ஒப்பிட்டு, பாபாசாகேப் அவர்கள் '*Munich Mentality*' என்றார்.

அதாவது, காங்கிரசை சமாதானப்படுத்தி, போரில் அவர்களின் ஆதரவைக் கோரும் நோக்கத்தில், தாழ்த்தப்பட்டவர்களின் நலனை கிரிப்ஸ் தூதுக்குழு தாரைவார்த்து விட்டதைத்தான் பாபா சாகேப் அவர்கள் ரத்தினச் சுருக்கமாக '*Munich Mentality*' எனக் குறிப்பிட்டார்.

பிரிட்டிஷ் தேர்தல்

அண்ணல் அம்பேத்கரின் தனிச்சிறப்பே- தான் கூறவந்த செய்தியைத் தகுந்த எடுத்துக்காட்டுகளோடு படிப்பவரின் மனதில் ஆழமாகப் பதியுமாறு விளக்கும் திறனே ஆகும்! அவ்வாறு அவர் விளக்குகின்ற எடுத்துக்காட்டுகள் யாவும், படிப்பவருக்குப் பெரும்பாலும் அதுவரையில் தெரியாத செய்தியாகவே இருக்கும். இவற்றைத் தவிர அண்ணலின் எழுத்துநடையும் வசீகரிக்கின்ற விதத்தில் இருக்கும்; ஆங்கிலத்தை அவர் நளினமாகப் பயன்படுத்துகின்ற வித்தையில், படிப்பவர் தம் மனதைப் பறிகொடுப்பார். எனவே, அண்ணலின் எழுத்துகளைப் படிப்பதால் ஏற்படும் பயன்கள் மூன்று. (1) அண்ணலின் அழகிய ஆங்கில நடையிலிருந்து நிறைய கற்றுக்கொள்ளலாம் (2) அண்ணல் எடுத்தாளும் எடுத்துக்காட்டுகளின் வழியே பல்வேறு வரலாற்று நிகழ்வுகளைத் தெரிந்துகொள்ளலாம் (3) அண்ணல் கூறவிழைந்த கருத்துகள் மனதில் ஆழமாகப் பதியும்.

அண்ணல் அம்பேத்கர் அவ்வாறு விளக்கிய ஓர் எடுத்துக்காட்டைக் காணலாம். அண்ணலின் எழுத்துகளும், பேச்சுக்களும் மத்திய அரசினால் 17 தொகுதிகளாகத் (20 புத்தகங்களில்) தொகுக்கப்பட்டுள்ளன. அவற்றுள் ஒன்பதாம் தொகுதியின் முன்னுரையில் இந்த எடுத்துக்காட்டை அண்ணல் விளக்கியிருக்கிறார்.

1892ஆம் ஆண்டு நடைபெற்ற பிரிட்டிஷ் நாடாளுமன்றத் தேர்தல் முடிவுகளின்படி, அன்றைய ஆளுங்கட்சியான கன்சர்வேட்டிவ் கட்சி *(Conservative Party)*, நாடாளுமன்றத்தில் அறுதிப் பெரும்பான்மையை

இழந்தது. (மொத்தமுள்ள 670 இடங்களில், அக்கட்சி 314 இடங்களை மட்டுமே பெற்றது). இரண்டாமிடம் பெற்ற லிபரல் கட்சி (Liberal party- 272 இடங்களில் வெற்றி), மூன்றாமிடம் பெற்ற ஐரிஷ் கட்சியோடு (Irish National Federation- 72 இடங்களில் வெற்றி) ஒன்றிணைந்து ஆட்சி அமைக்கும் முடிவில் இருந்தது.

ஆனால் கன்சர்வேட்டிவ் கட்சியின் தலைவரும், அன்றைய இங்கிலாந்து பிரதமருமான சாலிஸ்பரி (Lord Salisbury), தன்னுடைய பிரதமர் பதவியை ராஜினாமா செய்யவில்லை. நாடாளுமன்றம் கூடியதும் வழக்கப்படி நாடாளுமன்றத்தின் முன்பு இங்கிலாந்து அரசி உரை நிகழ்த்த, அதன் மீதான நன்றி தெரிவிக்கும் தீர்மானத்தை நிறைவேற்ற கன்சர்வேட்டிவ் கட்சி திட்டமிட்டிருந்தது.

நாடாளுமன்ற மரபுகளையும், மாண்பினையும் மீறிய இச்செயல், லிபரல் கட்சியின் தலைவரும், பிரதமர் பதவிக்குத் தேர்ந்தெடுக்கப்பட்டவருமான கிளாட்ஸ்டோனுக்கு (Lord Gladstone) அதிர்ச்சியை அளித்தது. கன்சர்வேட்டிவ் கட்சிக்குத் தகுந்த பாடம் புகட்ட விரும்பிய லிபரல் கட்சி, நன்றி தெரிவிக்கும் தீர்மானத்தில் ஒரு மாற்றத்தை முன்வைத்தது. அதன் மீது உரையாற்றிய லிபரல் கட்சியைச் சேர்ந்த உறுப்பினர் அஸ்குவித் (Asquith), கன்சர்வேட்டிவ் கட்சியின் மரபுமீறலைச் சுருக்கமாக 'Causa finita est: Roma locuta est.' என்று விளக்கினாராம். (ரோம் தன்னுடைய இறுதி முடிவைக் கூறிவிட்டது, எனவே இனிமேல் பிரச்சனைக்கு இடமில்லை). அதாவது, 'மக்கள் தங்களுடைய தீர்ப்பைத் தெரிவித்துவிட்டனர் (கன்சர்வேட்டிவ் கட்சிக்கு அறுதிப் பெரும்பான்மை அளிக்காமல்); எனவே, கன்சர்வேட்டிவ் கட்சியின் அமைச்சரவை பதவி விலக வேண்டும்!' என்பதையே இரத்தினச் சுருக்கமாக அவ்வுறுப்பினர் தெரிவித்தாராம்.

சரி, இந்த எடுத்துக்காட்டை எதற்காக அம்பேத்கர் கையாண்டார்? 1937ஆம் ஆண்டு நடைபெற்ற தேர்தலில் காங்கிரஸ் கட்சி பெரும்பான்மையான மாகாணங்களில் வெற்றிபெற்று ஆட்சி அமைத்தது. இத்தேர்தல் முடிவுகள், காங்கிரசை எதிர்த்த கட்சிகள் அனைத்திற்கும் (அண்ணல் அம்பேத்கரையும் சேர்த்து) அதிர்ச்சியாக அமைந்தது. எனவே, அஸ்குவித் கூறியதைப் போல 'Causa finita est: India locuta est' என்று அண்ணல் அம்பேத்கர் குறிப்பிட்டார். அதாவது, 'இந்திய மக்கள் தீர்ப்பளித்து விட்டனர்; இனி அப்பிரச்சனை முடிவுக்கு வரவேண்டும்!' என்றார்.

இந்துக்கள்— ஒரு பகுப்பாய்வு

புத்தகத்தின் முன்னுரையிலும் சிந்தையைத் தூண்டுகிற செய்திகளைத் தூவியிருப்பார் அம்பேத்கர். எனவே, அம்பேத்கரின் புத்தகங்களைப் படிக்கும்போது, அவரெழுதிய முன்னுரையைக் கூட விட்டுவிட முடியாது.

'சூத்திரர்கள் யார்' *(Who were the Shudras)* புத்தகத்தின் முன்னுரையில், இந்துக்களை ஐந்து வகையாகப் பகுத்து விளக்கியிருப்பார் அண்ணல். வருணாசிரமப் பகுப்பைப் போலின்றி, அண்ணலின் இப்பகுப்பு எவராலும் ஏற்றுக்கொள்ளக்கூடிய விதத்திலேயே இருக்கும்:

முதலாம் வகை இந்துக்களுக்கு அவர்களின் மதமே முக்கியம்; இந்து மதக் கோட்பாடுகளில் எவ்விதமான தவறுமில்லை என வாதிடும் பழமைவாதிகள் இவர்கள்.

இரண்டாம் வகை இந்துக்கள்- ஆரிய சமாஜத்தைப் பின்பற்றுபவர்கள்; இவர்களுக்கு வேதமே முக்கியம். வேதத்தில் கூறப்படாத இந்துமதக் கோட்பாடுகளை விமர்சிப்பது குறித்து இவர்கள் கவலை கொள்ளமாட்டார்கள்; வேதத்தை விமர்சித்தால் மட்டுமே இவர்களுக்குப் பிடிக்காது. இவர்களைப் பொறுத்தவரையில் வேதத்தில் கூறப்பட்டுள்ளவை அனைத்தும் உண்மை; வேதமே நிலையான மெய்.

மூன்றாம் வகை இந்துக்களுக்கு இந்துமதக் கோட்பாடுகளில் உள்ள தவறுகள் தெரியும்; அத்தகைய தவறுகள் எவற்றையும் தற்கால சட்டங்கள் ஆதரிக்காததால், அதுகுறித்துப் பெரிதாக கவலைகொள்ள மாட்டார்கள். எடுத்துக்காட்டாக, 'வருணாசிரமத்தை *CPC* ஆதரிப்பதில்லை; எனவே அதுகுறித்து என்ன கவலை?' என்று எண்ணுபவர்கள் இவர்கள்.

நான்காம் வகை இந்துக்களுக்குச் சுதந்திரமே முக்கியம்; விடுதலைப் போராட்டத்திற்கு இடைஞ்சலாகவே சமுதாய சீர்திருத்தப் போராட்டங்கள் இருப்பதாக எண்ணுபவர்கள் இவர்கள்.

எஞ்சிய ஐந்தாம் வகை இந்துக்கள் உண்மையான சமுதாய மாற்றத்தை விரும்புபவர்கள்; இந்து மதத்திலுள்ள குறைகளை இனங்கண்டு அவற்றைக் களைய விழைபவர்கள்; ஒரு சமுதாயம் சீர்திருத்தமடைந்த பிறகே, அது விடுதலை பெறுவதற்குத் தகுதியுடையதாகிறது என்ற கருத்தாக்கம் கொண்டவர்கள்.

அண்ணலின் மேற்சொன்ன ஐவகைப் பகுப்புமுறை எந்த மதத்திற்கும் பொருந்துவதையும், இந்தப் பகுப்பாய்வு இன்றைக்கும் ஏற்கக்கூடிய முறையில் அமைந்திருப்பதையும் நம்மால் உணர முடிகிறது.

யார் பெரிய மனிதர்?

எந்தெந்த இயல்புகள் ஒருவரிடத்தில் இருந்தால், அவற்றின் அடிப்படையில் அவரை நாம் பெரிய மனிதராகக் கருதவேண்டும்? வேறுவகையில் கேட்கப் போனால், ஆள்வோரெல்லாம் பெரிய மனிதர்களா? பணக்காரர்கள் எல்லோருமா? படித்தவர்கள் அனைவருமா? இல்லையெனில் வயதானவர்களா? இக்கேள்விக்கு விடையளிக்கிறார் அண்ணல் அம்பேத்கர்- தன்னுடைய 'ரானடே, காந்தி மற்றும் ஜின்னா' புத்தகத்தில்!

ஒருவரைப் பெரிய மனிதரென்று இனங்காண, நாம் கருதவேண்டிய இயல்புகள் மூன்று! அவற்றுள் தலையாய இயல்பு- நேர்மை (Sincerity), நேர்மையில்லாதவன் எவனும் பெரிய மனிதன் அல்லன்.

வெறும் நேர்மை மட்டுமே இருந்து என்ன பயன்? ஒரு மனிதன் நேர்மையானவனாக இருக்கலாம், ஆனால் அவனே ஒரு முட்டாளாகவும் விளங்குகிறானெனில், அவன் எவ்வாறு பெரிய மனிதனாக முடியும்? நெருக்கடியான நேரத்தில் சமுதாயத்தைக் காப்பாற்ற, பெரிய மனிதருக்குப் புத்திசாலித்தனம் தேவையல்லவா! எனவே, பெரிய மனிதருக்கு இன்றியமையாதிருக்க வேண்டிய இரண்டாம் இயல்பு- புத்திசாலித்தனம் அல்லது அறிவுக்கூர்மை (Intellect).

மேற்சொன்ன இரண்டு இயல்புகளும் இருப்பவர் ஒரு சிறந்த மனிதர். ஆனால் அவரை ஒரு பெரிய மனிதராகக் கருதிட அவரிடம் இருக்க வேண்டிய மூன்றாவது குணம், தன்னுடைய நேர்மையையும், அறிவுக்கூர்மையையும் பயன்படுத்தி, அவர் இந்தச் சமுதாயத்துக்கு நன்மை செய்யும் பண்பு! சமுதாய நிகழ்வுகளால் அவர் தூண்டப்பட வேண்டும். சமூகத்தின் அழுக்குகளைக் களையும் துப்புரவுப் பணியில் அவரின் நேர்மையும், அறிவுக்கூர்மையும் முன்நிற்க வேண்டும்.

மேற்கண்ட மூன்று இயல்புகளையும் கொண்டவரே ‘பெரிய மனிதர்!’ அவரே சமுதாயம் தருகின்ற மரியாதைக்குத் தகுதியானவர்.

மத முகமூடி

மதத்தின் போர்வைக்குள் ஒளிந்துகொண்டு, சமத்துவத்தைச் சீரழிக்கும் சக்திகள் கையாளும் வழிமுறையை பாபாசாகேப் அம்பேத்கர் அவர்கள் தன்னுடைய 'சாதி அழித்தொழிப்பு' (Annihilation of Caste) நூலில் இனங்காட்டுகிறார். தன்னுடைய கருத்துக்கு வலுசேர்க்கும் விதத்தில் சரித்திர சம்பவங்களை ஆதாரங்களாக அடுக்குகிறார்.

'மதம் - சாதி - சமத்துவம்' என்றவுடன் இந்திய சரித்திர எடுத்துக்காட்டுகள் மட்டும்தான் இடம்பெறப் போகின்றன என்ற எண்ணத்தில் படிப்போரை, ஆச்சரியப்படுத்துகிறார் அண்ணல் அம்பேத்கர். அயர்லாந்திலிருந்தும், ரோமிலிருந்தும், ஏனைய ஐரோப்பாவிலிருந்தும் சரித்திர எடுத்துக்காட்டுகளை அள்ளித் தூவுகிறார். உலகம் முழுவதிலும் மதத்தின் போர்வையில் நடந்த சமத்துவ சீரழிப்புகளைத் தொகுத்தளித்து நம்முடைய பார்வையை விசாலப்படுத்துகிறார். பாபாசாகேப் எடுத்தாண்ட சரித்திர சம்பவங்களில் என்னைப் பாதித்தது, ரோமில் நடந்த ஏமாற்றுவேலை:

பெரும்பாலான உலக நாடுகளில் மன்னராட்சியே நடைபெற்றுவந்த அந்தக் காலத்திலேயே, அன்றைய ரோம் குடியரசாக விளங்கியது. 'குடியரசு' என்றவுடன் 'சமத்துவம் நிலவிய சமூகம்' என்றே நாம் எண்ணுவோம். ஆனால் அங்கோ நிலைமை வேறு. காரணம்- மதம்.

அன்றைய ரோம் குடியரசில் 'Patricians' (உயர்சாதி என வைத்துக் கொள்ளலாம்) மற்றும் 'Plebians' (தாழ்த்தப்பட்ட சாதி என வைத்துக் கொள்ளலாம்) என்ற இருபெரும் பிரிவுகள். இந்த இருபெரும் பிரிவுகளும் தத்தம் Consulகளை (நாடாளுமன்ற உறுப்பினரைப் போல) Senate சபைக்கு (நாடாளுமன்றத்தைப் போல) அனுப்பி வைப்பர். இவ்வாறு அனுப்பப்பட்ட Consulகள் ஒன்றிணைந்து ஆட்சி செய்வர். இதுதான் அன்றைய ரோம் குடியரசின் அரசியல் நடைமுறை.

'இந்த அமைப்பில் ஏமாற்றுவேலைக்கு இடமிருக்காதே!' என்ற எண்ணம் எழக்கூடும். விஷயம் இதில் இல்லை. Patrician Consul அல்லது Plebian Consul என எவராக இருந்தாலும் சரி, அவ்வாறு தேர்ந்தெடுக்கப்பட்டவர் அந்நாட்டின் Delphi கோவிலால் அங்கீகரிக்கப்பட்டால் மட்டுமே Consul ஆகும் தகுதியைப் பெற்றவராவார் என்னும் நடைமுறை நிலவி வந்தது. அதாவது, மக்களே ஒருவரை Consulஆகத் தேர்ந்தெடுத்தால் கூட Delphi கோவில் அவரை நிராகரித்தால், அவரால் Consul ஆக முடியாது. இந்த நடைமுறையை Patricians மற்றும் Plebians ஆகிய இரு சாராரும் ஒருமனதாகப் பின்பற்றினர்.

Patricians குழுவினரின் தந்திரம் என்னவென்றால், அந்த Delphi கோவில் அவர்களின் கட்டுப்பாட்டில் மட்டுமே இருக்குமாறு அவர்கள் பார்த்துக்கொண்டதுதான். ஒருவேளை, Patricians குழுவினரைத் தீவிரமாக எதிர்க்கும் Plebian ஒருவர் Consulஆகத் தேர்ந்தெடுக்கப்பட்டுவிட்டால், அவரின் தேர்வை Delphi கோவில் நிராகரித்து விடும். தனக்கு அடங்கி நடக்கும் Plebian நபர் Consulஆகத் தேர்ந்தெடுக்கப்பட்டால் மட்டுமே, Delphi கோவில் அந்நபரின் தேர்வுக்கு ஒப்புதல் அளிக்கும்படி Patrician குழு தந்திரம் செய்தது.

இதனால், பெயரளவில்தான் ரோம் குடியரசாக இருந்ததே தவிர, நடைமுறையில் சாதி, வர்க்க வேறுபாடுகள் நிலவிய, சமத்துவமற்ற சமுதாயமே அது! என்பதை அண்ணல் அம்பேத்கர் விளக்குகிறார். ரோம் குடியரசின் அந்த நிலைக்குக் காரணம் மதம் தானே!

நாயக வழிபாடு

'ரானடே, காந்தி மற்றும் ஜின்னா' என்னும் புத்தகத்தில், நாயக வழிபாடு (Hero Worship) குறித்த அண்ணலின் கருத்துகளைக் காணலாம். ஒருவர், தன்னுடைய முன்மாதிரியாக (Role-model) ஒரு தலைசிறந்தவரைத் தேர்ந்தெடுத்து, அவரைப் பின்பற்றுவது தவறா? சரியா? என்பது குறித்து அண்ணல் கூறிய கருத்துகளின் சுருக்கம்:

ஒருவர் மீது நாம் கொண்டிருக்கும் அளவற்ற நன்மதிப்பை வெளிப்படுத்துவது. நாயக வழிபாட்டில் ஒரு வகை. அத்தகைய ஆதர்ச நாயகருக்கு முற்றிலும் கீழ்ப்படிந்து நடப்பது என்பதோ நாயக வழிபாட்டில் இன்னொரு வகை.

முன்னதில் எந்தத் தவறுமில்லை. பின்னதில் இருப்பதோ மிகவும் ஆபத்தான விஷயம் என்பதில் ஐயமில்லை.

முந்தையதில் விவரிக்கப்பட்டுள்ள செயல், நம் நாயகருக்கு நாம் காட்டும் மரியாதையின் வெளிப்பாடு மட்டுமே. ஆனால் பிந்தையதில் விவரிக்கப்பட்டுள்ள செயல், தன்மதிப்பிழப்பின் அடையாளம்.

முதலில் விளக்கப்பட்டுள்ள வகையில் ஒருவரின் புத்திசாலித்தனமும், கருதியதைச் செயல்படுத்துவதற்கான சுதந்திரமும் பறிக்கப்படுவதில்லை. இரண்டாவதாக விளக்கப்பட்டுள்ள வகையிலோ நாயக வழிபாட்டில் ஈடுபடுபவர், முட்டாளாக மாறுவதைக் காட்டுகிறது.

அரசியலில், இரண்டாம் வகை நாயக வழிபாடு அதிக அளவில் நிலவினால் அரசுக்கு ஆபத்து ஏற்படும். மாறாக, முதல் வகையினால் எவ்வித ஆபத்தும் இல்லை.

அண்ணலின் இக்கருத்து, அனைவரின் வாழ்க்கையிலும் பயன்படும். நம்முடைய குறிக்கோளை அடையவும், அக்குறிக்கோளை அடைய நாம் ஊக்கம் பெறவும், நம்முடைய நாயகனாக/நாயகியாக சிலரைக் கருதியிருப்போம். அவ்வாறு கருதுவதில் தவறில்லை. ஆனால் அது தீவிரமாகி, ஒரு கட்டத்தில் வெறியாகி, நம்முடைய நாயகர் எதைச் சொன்னாலும், எதைச் செய்தாலும் சரியாகத்தான் இருக்கும் என்று நாம் திடமாக நம்புகின்ற அளவுக்கு, நம்முடைய நாயக வழிபாடு சென்றுவிடாமல் பார்த்துக்கொள்ள வேண்டும்.

இன்றைய இளைஞர்களில் சிலர், தனக்குப் பிடித்தமான நடிகர்களின் திரைப்பட வெளியீடுகளின்போது அந்நடிகர்களின் கட்அவுட்களுக்குப் பாலாபிஷேகம் செய்வது போன்ற செயல்களெல்லாம் அண்ணல் அம்பேத்கர் மேற்சொன்ன இரண்டாம் வகையைச் சேர்ந்தது என்பது சொல்லித் தெரியவேண்டியதில்லை. அத்தகைய இளைஞர்கூட்டம், அண்ணலின் இந்த அறிவுரையைக்கேட்டுத் திருந்தி வாழட்டும்!

அரசியலமைப்புச் சபையில் அமெரிக்க வரலாறு

அரசியல் நிர்ணய சபையின் விவாதங்களில் (Constitutional Assembly Debates) முன்வைக்கப்பட்ட முக்கியமானதொரு கேள்வி, "மக்களால் நேரடியாகத் தேர்ந்தெடுக்கப்படாத ஒரு அரசியலமைப்புச் சபையினை, மக்களுக்கான பிரதிநிதித்துவம் வாய்ந்த சபையாக எவ்வாறு கருதமுடியும்?" வேறுவகையில் விளக்கப்போனால், "மக்களின் சார்பாகப் பேசுவதாக இந்திய அரசியல் நிர்ணய சபையை எவ்வாறு கருதமுடியும்?" என்பதே அக்கேள்வி. இன்னும் ஆழமாகக் கூறுவதானால் "இந்திய அரசியல் நிர்ணய சபை எழுதுகின்ற அரசியலமைப்புச் சட்டம், மக்களின் அனுமதியோடுதான் எழுதப்படுகிறது என்பதை எவ்வாறு கருதமுடியும்?" என்பதே அக்கேள்வி. அதாவது இந்திய அரசியல் நிர்ணயசபையின் ஆணிவேரை அசைத்துப்பார்க்கும் கேள்வி இது.

இக்கேள்வியில் நியாயம் இல்லாமலில்லை. காரணம், இந்திய அரசியல் நிர்ணய சபை, மக்களால் நேரடியாக வயது வந்தோருக்கான வாக்குரிமையின் (Universal Adult Suffrage) அடிப்படையில் தேர்ந்தெடுக்கப்படாத சபை. பின் எவ்வாறு தேர்ந்தெடுக்கப்பட்டது என்றால், அன்றைய மாகாண சபையின் உறுப்பினர்களால் (Members of the Provincial Assemblies) தேர்ந்தெடுக்கப்பட்டதே இந்திய அரசியல் நிர்ணய சபை. எளிமையாகச் சொல்லப்போனால், அரசியல் நிர்ணய சபையின் உறுப்பினர்கள் தேர்ந்தெடுக்கப்பட்ட விதம்,

இன்றைய நாடாளுமன்ற மேலவை (ராஜ்யசபா) உறுப்பினர்கள் தேர்வுசெய்யப்படும் முறையை ஒத்ததேயன்றி, நாடாளுமன்ற கீழவை (லோக்சபா) உறுப்பினர்களைத் தேர்வுசெய்யும் முறையை ஒத்ததன்று. எனவேதான், “மக்களால் நேரடியாகத் தேர்ந்தெடுக்கப்படாத சபை, எவ்வாறு மக்களின் சார்பாக அரசியலமைப்புச் சட்டத்தை இயற்ற முடியும்?” என்ற கேள்வி எழுப்பப்பட்டது.

இக்கேள்வி குறித்து பாபாசாகேப் அம்பேத்கர் அவர்கள் முன்வைத்த விளக்கத்தில் அண்ணலின் மேதைமை பளிச்சிடுகிறது:

இந்த சபை இயற்றிய அரசியலமைப்புச் சட்டத்தில், “இவ்வாறு அரசியலமைப்புச் சட்டத்தை இயற்றுவதற்கான அதிகாரம் மக்களிடமிருந்தே வருகிறது!” என்றோ, அல்லது இந்த அரசியலமைப்புச் சட்டத்தை “மக்களே இயற்றி மக்களே அளித்துக் கொள்வதாகவோ” எழுதப்படவில்லையா?

மக்களின் நேரடியான பங்களிப்பு வேண்டும் என்பதற்காக, நாட்டிலுள்ள ஒவ்வொரு வயதுவந்த குடிமகனையும் சபையில் சேர்த்துக்கொள்ள முடியுமா?

வெறும் 13 மாகாணங்களிலிருந்து ஒரு சில நபர்கள் மட்டுமே ஒன்றிணைந்து ஃபிலடெல்ஃபியாவில் கூடிய சிறுகுழு அமெரிக்காவின் அரசியலமைப்புச் சட்டத்தை எழுதியதென்றால், இந்தியாவின் அனைத்து மாகாணங்களில் (Provinces) இருந்தும், சுதேச சமஸ்தானங்களிலிருந்தும் (Princely States), தலைமை ஆணையர் மாகாணங்களிலிருந்தும் (Chief Commissioner provinces) தெரிவு செய்யப்பட்ட 389 நபர்கள் ஒன்றிணைந்து இந்தியாவின் அரசியலமைப்புச் சட்டத்தை எழுதலாகாதா?

சிறுகுழு கூடி எழுதிய அமெரிக்க அரசியலமைப்புச் சட்டத்திலேயே, அது அமெரிக்க மக்களின் சார்பில் எழுதப்பட்டதாக இருக்கும்போது, இத்தகைய பெருங்குழு இயற்றிய இந்திய அரசியலமைப்புச் சட்டத்திலும் அவ்வாறே இருப்பதில் என்ன தவறு?

அமெரிக்கச் சிறுகுழு வரைந்த அரசியலமைப்புச் சட்டத்தை அந்த நாடு அப்படியே ஏற்றுக்கொண்டு பின்பற்றுகையில், இந்திய அரசியலமைப்புச் சபை என்னும் இப்பெருங்குழு ஒன்றிணைந்து எழுதும் இந்திய அரசியலமைப்புச் சட்டத்தை இந்திய மக்கள் ஏற்றுக்கொள்ள மாட்டார்கள் எனக் கருதலாகுமா?

மேற்சொன்ன விளக்கங்களை ஒன்றன்பின் ஒன்றாக அடுக்கிக் கூறியவர், இறுதியாக, இத்தகைய பரந்துபட்ட சபை இந்திய மக்களைப் பிரிதிநிநித்துவப்படுத்தவில்லை என்பதை குறுகிய கண்ணோட்டம் உடையவரைத் தவிர (*"Unless a man was an absolute pedant"*) வேறு எவரும் முன்வைக்கமாட்டார் எனக்கூறி முடித்தார்.

மதச்சார்பின்மையும் சமதருமமும்

அரசியலமைப்புச் சட்டத்தின் முதலாம் ஷரத்து, "இந்தியா, அதாவது பாரதம், மாநிலங்களின் ஒன்றியமாக விளங்கும்" என விளக்குகிறது *(India, that is Bharat, shall be a Union of States)*. இந்த ஷரத்தில் ஒரு திருத்தத்தை திரு.K.T.ஷா என்பவர் முன்வைத்தார். "இந்தியா- ஒரு மதச்சார்பற்ற, சமதருமக் கொள்கையைப் பின்பற்றும் கூட்டாட்சி நாடாக விளங்கும்" *(India shall be a secular, federal, socialist union of states)* என்பதே அத்திருத்தம்.

திரு. K.T.ஷா முன்வைத்த இத்திருத்தத்தை அண்ணல் அம்பேத்கர் அவர்கள் ஏற்றுக்கொள்ளவில்லை. அப்படியானால் அண்ணலுக்கு மதச்சார்பின்மைக் கொள்கையின் மீதும், சோஷலிசக் கொள்கையின் மீதும் ஈர்ப்பில்லை எனக் கருதலாகுமா? கூடவே கூடாது! பிறகு ஏன் இத்திருத்தத்தை அம்பேத்கர் ஏற்றுக்கொள்ளவில்லை?

அண்ணல் அம்பேத்கரின் பார்வையில் அரசியலமைப்புச் சட்டத்தின் தலையாய பணி, ஓர் அரசின் பல்வேறு உறுப்புகளின் பணிகளை ஒழுங்குபடுத்துவது மட்டுமே. அதை விடுத்து, ஒரு நாட்டின் அரசியலமைப்புச் சட்டம், அந்நாட்டு மக்களை ஒரு குறிப்பிட்ட கொள்கையை அல்லது வடிவத்தைப் பின்பற்றும்படி வற்புறுத்தும் விதத்தில் இருக்கக்கூடாது என அண்ணல் கருதினார்.

இக்கருத்தை அண்ணல் அவர்கள் மிகத்தெளிவாகக் கூறியுள்ளார். "அரசின் சமூக அமைப்பு ஒரு குறிப்பிட்ட வடிவத்தில்தான் விளங்க வேண்டுமென்று அரசியலமைப்பில் கூறப்படக் கூடாது. அவ்வாறு கூறினால், அச்செயல் குடிமக்களிடமிருந்து, அவர்கள் வாழ விரும்பும் சமூக அமைப்பு எதுவாக இருக்க வேண்டும் என்பதை அவர்களே தீர்மானிப்பதற்கென இருக்கின்ற சுதந்திரத்தைப் பறிப்பதாகவே இருக்கும்!"

இத்தகைய சட்டத்திருத்தங்கள் யாவும் தேவையற்ற சடங்குகளென்றே அண்ணல் கருதினார். "அரசு வழிகாட்டு நெறிமுறைக் கோட்பாடுகளில் (Directive principles of state policy) சோஷலிசக் கருத்துகள் இல்லையா? இவையெல்லாம் சோஷலிசக் கருத்துகள் இல்லையெனில், பிறகு வேறு எந்த கருத்துகள்தான் சோஷலிசக் கருத்துகள்?" என்று எதிர்க்கேள்வி எழுப்பினார்.

இறுதியில், திரு.K.T.ஷா முன்வைத்த சட்டத்திருத்தம் நிறைவேற்றப்படவில்லை. சுருங்கச் சொன்னால், பெயரளவில் 'மதச்சார்பின்மை' மற்றும் 'சோஷலிசம்' ஆகிய கருத்துகள் நின்றுவிடுவதை அண்ணல் விரும்பவில்லை. அக்கருத்துகளின் அடிநாதம் அரசியலமைப்புச் சட்டப்பிரிவுகளின் ஊடாக வெளிப்படுவதால், தனியே அத்தகைய வார்த்தைகளை அரசியலமைப்புச் சட்டத்தில் சேர்க்கவேண்டாம் என்பதே அண்ணலின் கருத்து.

மல்லிகைக்கொடியின் கீழ் 'இது மல்லிகைக்கொடி!' என்று எழுதிப் போடத்தான் வேண்டுமா என்ன? அக்கொடியில் மலர்கின்ற பூக்களின் மணத்திலிருந்தே அது தெரியாதா?

குறிப்பு:

அரசியலமைப்புச் சட்டத்தின் அன்றைய முகப்புரையில் (Preamble) 'மதச்சார்பற்ற' மற்றும் 'சோஷலிச' ஆகிய வார்த்தைகள் கிடையாது. இச்சொற்கள் யாவும் அரசியலமைப்புச் சட்டத்தின் 42வது திருத்தத்தின் வாயிலாக 1976ஆம் ஆண்டு முகப்புரையில் சேர்க்கப்பட்டன.

சாதியும் இன ஆக்க மேம்பாட்டியலும்

*சா*திக்கு ஆதரவாக எழுப்பப்படும் கருத்துகளை ஒவ்வொன்றாகப் பட்டியலிட்டு, அவற்றையெல்லாம் வலுவான ஆதாரங்களோடு மறுத்து, சாதியின் உண்மையான நோக்கத்தை, தன்னுடைய 'சாதி அழித்தொழிப்பு' (Annihilation of Caste) நூலில் நிறுவுகிறார் அண்ணல் அம்பேத்கர்.

சாதிக்கு ஆதரவாகக் கூறப்படும் கருத்துகளில் ஒன்று, சாதிய அமைப்பு, இன ஆக்க மேம்பாட்டியலை (Eugenics) ஒத்தது என்பதே. முதலில் இந்த 'Eugenics' என்றால் என்னவென்று பார்க்கலாம். டார்வினின் சித்தாந்தத்தை ஒட்டி அமைக்கப்பட்டதே இந்த Eugenics. "மிகுந்த தகுதி வாய்ந்த இனங்கள் மட்டுமே இனப்பெருக்கம் செய்ய ஊக்குவிக்கப்பட வேண்டும்" என்ற அடிப்படையில் அமைந்த இக்கருத்தாகத்தின் தீய விளைவே ஹிட்லரின் இன அழிப்பு வெறி.

சாதிக்குள்ளேயே திருமணம் செய்யப்படுவதைச் சுட்டிக்காட்டி, 'சாதிய அமைப்பின் அடிப்படைக் காரணம் Eugenics' என்று முன்வைக்கப்படும் வாதத்தைத் தவறென்று எவ்வாறு அண்ணல் நிறுவுகிறார்?

ஒருவேளை சாதிய அமைப்பின் அடிப்படைக் காரணம் Eugenics என்றால், ஒரே சாதியின் கீழ் பல்வேறு துணை சாதிகள் வருவதற்கு

வாய்ப்புகள் இல்லை- ஏனெனில் Eugenics சித்தாந்தத்தின்படி, எந்தவொரு சாதியின் கீழ் தொகுக்கப்படும் மனிதர்கள் அனைவரும் ஒரே பண்புடையவர்களாகத்தானே இருந்தாக வேண்டும்! அப்படியிருக்க அவர்களுக்குள்ளாக எதற்காகப் பல்வேறு துணை சாதிகள்? ஆனால் கள நிலவரம் என்ன? எந்தவொரு சாதியும் பல்வேறு துணை சாதிகளாக அல்லவா பிரிந்து கிடக்கிறது! அப்படியென்றால், சாதிய அமைப்பிற்கும் Eugenicsக்கும் எவ்விதத் தொடர்புமில்லை என்றாகிறது!

ஒருவேளை சாதிய அமைப்பின் அடிப்படைக் காரணம் Eugenics என்றால், அதன் விளைவாகத்தான் Inter-caste marriages (சாதிகளுக்கு இடையிலான திருமணங்கள்) தடை செய்யப்பட்டுள்ளது எனக் கொள்ளலாம். ஆனால், சாதிய அமைப்பு என்பது inter-caste marriag-esஐத் தடை செய்வதோடு மட்டுமே நின்றுவிடுகிறதா? சாதிகளுக்கு இடையிலான Inter-diningஐயும் அல்லவா தடைசெய்கிறது! பல்வேறு சாதிக்காரர்கள் ஒன்றாக அமர்ந்து உணவுண்பதால், அந்தந்த சாதிய அமைப்புகளின் மேம்பாடு மாறுவதாகக் கருதுவது- Eugenics சித்தாந்தத்தில் இல்லையே! எனவே, சாதிய அமைப்புகளுக்கும் Eugenicsக்கும் எவ்விதத் தொடர்புமில்லை.

‘சாதி அழித்தொழிப்பு’ கட்டுரை எழுதப்பட்ட போதே (1936) Eugen-ics என்பது அன்றைய விஞ்ஞானிகள் பலருக்கும் தெரியாத துறை. பல நூற்றாண்டுகளுக்கு முன்பிருந்த சாதிய அமைப்பை நிறுவிய அக்கூட்டத்திற்கு, Eugenics என்னும் துறையின் அறிவு இருந்தது என்கிற வாதம் நம்பும்படி இல்லை.

சாதிய அமைப்பு Eugenics சித்தாந்தத்தை ஒட்டியே அமைக்கப்பட்டது என்றால், அத்தகைய சாதிய அமைப்பின்படி பிறந்த மனிதர்கள் மிகவும் வலுவானவர்களாகவும், அறிவுக்கூர்மை வாய்ந்தவர்களாகவும் இருக்க வேண்டும். ஆனால், உண்மை நிலவரம் என்ன? நாட்டு மக்களில் 90% இராணுவ வேலையில் சேரத் தகுதியற்றவர்கள். எனவே, சாதிய அமைப்பிற்கும் Eugenicsக்கும் எவ்விதத் தொடர்புமில்லை.

தரப்படுத்தப்பட்ட சமத்துவமின்மை

"இந்திய சமுதாயத்திற்கு மட்டுமே உரித்தானதா சமத்துவமின்மை?" என்றால், இல்லை; அனைத்துச் சமுதாயங்களிலும் ஏற்றத்தாழ்வு உண்டு! அப்படியென்றால், பிற சமுதாயங்களை விடக் கீழான நிலையில் அன்றைய இந்திய சமுதாயம் இருந்ததன் காரணம் என்ன?

பிற சமுதாயங்களில் நிலவிய சமத்துவமின்மையை இரண்டே நிலைகளில் பிரித்துவிடலாம்- மேல்நிலையில்- 'இருப்பவர்கள்'; கீழ்நிலையில்- 'இல்லாதவர்கள்'. இருப்பவர்களின் எண்ணிக்கை குறைவாகவும், இல்லாதவர்களின் எண்ணிக்கை அதிகமாகவும் இருக்கும். இந்த இரண்டு நிலைகளுக்கிடையே எப்போதும் போராட்டம் நடந்தவண்ணம் இருக்கும். ஒரு கட்டத்தில் இல்லாதவர்களின் ஒற்றுமை, இருப்பவர்களைப் புறங்காணும்! (இதைத்தான் கம்யூனிசமும் 'பாட்டாளிகளின் சர்வாதிகார ஆட்சி' என்று வேறு வார்த்தைகளில் கூறுகிறது)

இந்திய சமுதாயத்தின் நிலை என்ன? இந்திய சமுதாயத்தின் தனித்துவமான அமைப்பு என்னவென்றால், அதன் 'வகைப்படுத்தப்பட்ட சமத்துவமின்மை' (Graded inequality). அதாவது, பிற சமுதாயங்களைப் போல இரண்டே நிலைகளில் இந்திய சமுதாயத்தைப் பிரிக்க முடியாது! பிராமண, க்ஷத்ரிய, வைசிய, சூத்திர நால்வருணம்; நால்வருணத்திற்கும்

அப்பால் இருக்கும் பஞ்சமர், எனப் பல்வேறு பகுப்புகள் நம் சமுதாயத்திற்கு உரித்தானவை! ஒரு படிநிலையிலிருந்து இன்னொரு படிநிலைக்குச் செல்வதென்பது சாத்தியமே இல்லை!

பிராமணர்களுக்கெதிரான போராட்டத்தை நடத்த க்ஷத்திரியர் விரும்புவர். ஆனால் அப்போராட்டத்தில் தனக்குச் சமமாக வைசியரோ,சூத்திரரோ அல்லது பஞ்சமரோ கலந்துகொள்வதை க்ஷத்திரியர் விரும்பமாட்டார். இதேபோல, பிராமணர் மற்றும் க்ஷத்திரியர் ஆகியோருக்கெதிராகப் போராட விரும்பினாலும், அப்போராட்டத்தில் தனக்குச் சமமாக சூத்திரரோ அல்லது பஞ்சமரோ கலந்துகொள்வதை வைசியர் விரும்பமாட்டார். இதேபோலத்தான், தனக்குச் சமமாகப் பஞ்சமர் போராடுவதை சூத்திரர் விரும்பமாட்டார்! எனவே, பிற சமுதாயங்களில் காணக்கூடிய 'இல்லாதவர்'களின் ஒருங்கிணைந்த போராட்டத்தைப் போல, இந்தியச் சமுதாயத்தில் காணமுடியாது.

அதாவது, இந்திய சமுதாயத்தில் பல்வேறு படிநிலைகளை அமைத்து, ஒருநிலைக்கும் இன்னொரு நிலைக்கும் ஏற்றத்தாழ்வைக் கற்பித்து வைத்ததால்தான் 'ஒருங்கிணைப்பு' என்பதே இந்திய சமுதாயத்தில் இல்லை! இந்த நிலை இருக்கும்வரை இந்திய சமுதாயம் கீழான நிலையிலேயே இருக்கும்!

(இந்த graded inequalityஇன் காரணமாக இந்தியாவில் கம்யூனிசப் புரட்சி ஏற்பட வாய்ப்பே இல்லை என்ற விளக்கத்தையும் இதிலிருந்து காணலாம்!)

நான்காம் வருணம்

எந்த விளைவைக் குறித்து விளக்கும்போதும், அதன் வேர்க்காரணத்திலிருந்து ஆராய்வது அண்ணல் அம்பேத்கர் அவர்களின் வழக்கம். 'சூத்திரர்கள் யார்?' *(Who were the Shudras?)* என்ற கேள்விக்கான விடையை ஆராயத் துவங்கிய அண்ணல், நால்வருணப் பாகுபாட்டின் வேர்க்காரணத்தைக் கண்டறிந்து அதுகுறித்து விளக்குகிறார்:

ரிக் வேதத்தின் பத்தாவது மண்டலத்திலுள்ள தொண்ணூறாவது சுலோகத்தில், நால்வருணப் பாகுபாடு குறித்த கருத்து இடம்பெறுகிறது; 'புருஷ ஸூக்தம்' என்று அழைக்கப்பெறும் இப்பகுதியின் 12வது பாடலில் 'புருஷனின் வாயாக பிராமணனும், கைகளாக க்ஷத்ரியனும், தொடைகளாக வைசியனும், கால்களாக சூத்திரனும் விளங்குகிறார்கள்' என்ற கருத்து இடம்பெற்றுள்ளது. இதுவே நால்வருணப் பாகுபாட்டின் அடிப்படை.

புனித நூலாகக் கருதப்படும் வேதத்தில் இப்படிப்பட்ட தீய கருத்துகள் இடம்பெற்றதன் காரணமாகவே அண்ணல் அம்பேத்கர் அவர்கள், இத்தகைய பேதம் விளைவிக்கின்ற கருத்துகள் அடங்கிய நூலைப் புனிதமாகப் போற்றி, சமுதாயச் சீர்கேட்டை விளைவித்த இந்து மதத்தையும், அதன் புனித நூல்களையும் தாக்கத் தொடங்கினார். மனு ஸ்மிருதியை எரித்தார். இறுதியாக இந்துமதத்தை விட்டு வெளியேறி, பௌத்தத்தைத் தழுவினார்.

அண்ணல் அம்பேத்கருக்கும் பிற சமுதாய சீர்திருத்தவாதிகளுக்கு மிடையேயான வேறுபாடுகளுள் முக்கியமானது இது. இந்துமதக் கோட்பாடுகளுக்கு வேறு வகையில் விளக்கமளித்து (அதாவது அவற்றை முற்றாக நிராகரிக்காமல்), அதன் மூலம் சமுதாயத்தைச் சீர்திருத்த விழைந்தவர்கள் பலர்.

அண்ணல் அம்பேத்கர், மகாத்மா ஜோதிபா பூலே, தந்தை பெரியார் போன்றோர், பேதம் விளைவிக்கும் இந்துமதக் கோட்பாடுகளுக்கு வேறுவகைகளில் விளக்கமளிக்க முற்படாமல், அத்தகைய கருத்துகளை வெளிச்சம்போட்டுக்காட்டி, துணிந்து அவற்றை நிராகரித்தனர்.

தவறைத் தவறென்று சொல்வதில் தவறில்லை அல்லவா!

சூத்திரரும் சாத்திரமும்

இந்தியச் சமுதாயத்தின் சாபக்கேடான சாதிப்பிரிவுகளைக் குறித்து பல்வேறு இந்து தரும சாத்திரங்கள், சூத்திரங்கள், ஸ்மிருதிகள் ஆகியவற்றில் உள்ளவற்றின் சாராம்சத்தைத் தொகுத்தளித்த அண்ணல் அம்பேத்கர், சூத்திரருக்கு விதிக்கப்பட்டவை குறித்தும், விலக்கப்பட்டவை குறித்தும் அதன் வழியே விளக்கியுள்ளார். அவ்வாறு அண்ணல் கூறியவை:

சூத்திரர்கள் சமூக அமைப்பில் கடைசி நிலையில் இருப்பவர்கள்.

சூத்திரர்கள் யாவரும் அசுத்தமானவர்கள். எனவே, அவர்களின் பார்வை படும்படியாகவோ, அல்லது அவர்கள் கேட்கும்படியாகவோ எந்தவொரு புனிதமான செயலையும் செய்யக்கூடாது.

மற்ற மூவருக்குத் (பிராமணர், க்ஷத்ரியர் மற்றும் வைசியர்) தரப்படும் மரியாதையை, சூத்திரருக்குத் தர வேண்டாம்.

சூத்திரரின் வாழ்க்கைக்கோ, அவர்களின் உயிருக்கோ எவ்வித மதிப்புமில்லை. எனவே, அவர்களை யார் வேண்டுமானாலும் கொல்லலாம். இழப்பீடு ஏதுமில்லை. அவ்வாறு இருந்தாலும் அது மிகவும் குறைவே.

சூத்திரர் அறிவடைந்துவிடக் கூடாது. அவர்களுக்கு கல்வி அளிப்பது பாவம். குற்றமும் கூட!

சூத்திரருக்குச் சொத்துரிமை இல்லை. அவர்களின் சொத்துக்களை பிராமணர் பறித்துக் கொள்ளலாம்.

சூத்திரருக்கு அரசு வேலை கிடையாது.

தன்னை விட உயர்ந்த வர்க்கத்தினருக்கு வேலை செய்வதே சூத்திரரின் கடமை.

சூத்திரரோடு மற்ற மூவரும் (பிராமணர், க்ஷத்ரியர் மற்றும் வைசியர்) கலப்புத் திருமண உறவு வைத்துக்கொள்ளக் கூடாது. ஆனால், அவர்கள் சூத்திரப் பெண்களைத் துணைவியாக வைத்துக்கொள்ளலாம். ஒரு சூத்திர ஆண், மற்ற மூவரினப் பெண்களைத் தொட்டால் கூட கடுந்தண்டனை.

சூத்திரர்கள் அடிமையாகப் பிறந்தவர்கள். அவர்களை எப்போதும் அடிமைத்தளையிலேயே வைத்திருக்க வேண்டும்.

தாழ்த்தப்பட்டோர் முன்னேற...

தாழ்த்தப்பட்டோரின் நிலை மிகவும் பரிதாபத்துக்குரிய ஒன்று. விடுதலையடைந்த புதிதில், இந்தியாவின் ஒட்டுமொத்த கல்வியறிவு விகிதமே சுமார் 16% (1951 கணக்கெடுப்பின்படி, 18.3%). எளிமையாகச் சொல்வதானால், சராசரியாக அன்று ஆறில் ஒரு இந்தியனே கல்வியறிவு பெற்றிருந்தான்! இவற்றுள் தாழ்த்தப்பட்டோரின் கல்வியறிவு நிலை இதைவிட இன்னும் குறைவாகவே இருந்திருக்கும்! கல்வியறிவற்ற தாழ்த்தப்பட்டோருக்கு அரசியலில் என்ன முக்கியத்துவம் இருந்திருக்கும்? தாழ்த்தப்பட்டோரின் உரிமைக்குரலாக ஆட்சிமன்றங்களில் எத்தனை குரல்கள் ஒலித்திருக்கும்?

தாழ்த்தப்பட்டோருக்குக் கல்வியும் இல்லை, அரசியலில் முக்கியத்துவமும் இல்லை என்கிற அவலநிலைகளை விடவும், அவர்களை இச்சமுதாயம் ஒதுக்கி வைத்த இழிநிலை இன்னமும் பரிதாபகரமானது! கல்வியும் மறுக்கப்பட்ட, அரசியல் உரிமைகளும் மறுக்கப்பட்ட, சமுதாயத்தாலும் ஒதுக்கப்பட்ட தாழ்த்தப்பட்டோரின் பொருளாதார நிலை உச்சத்திலா இருக்கும்? ஆக, கல்வி, அரசியல், சமூகம் மற்றும் பொருளாதாரம் ஆகிய நான்கு தளங்களிலும் தாழ்த்தப்பட்டோர் மிகவும் பின்தங்கிய நிலையில் இருந்தனர்.

இவற்றுள் எந்தத் தளத்தில் நிலவிய அநீதியை முதலில் களைய அண்ணல் அம்பேத்கர் அவர்கள் விரும்பினார்? கல்வியா அல்லது

அரசியல் உரிமையா? "தாழ்த்தப்பட்டோருக்குக் கல்வியை முதலில் வழங்கிவிட்டால் அவர்கள் அனுபவிக்கின்ற சமூக இழிநிலை களையப்படுமே!" என்ற எண்ணம் எழலாம். மற்ற எவரை விடவும் மெத்தப் படித்த அண்ணல் அம்பேத்கர் அவர்களை இச்சமூகம் உயர்த்திப் பிடித்ததா என்ற கேள்வியே இதற்கான பதில். அயல்நாட்டில் படித்துமுடித்து பரோடா மன்னரிடம் பணிபுரியச் சென்ற அண்ணல் அவர்களை இச்சமூகம் நடத்திய விதமே இதற்கான விடை! ஆக, கல்வியறிவு பெற்றால் மட்டுமே, அரசியலில் பங்குபெற்றால் மட்டுமே தாழ்த்தப்பட்டோர் முன்னேறுவர் என்பதற்கு எந்தச் சான்றுமில்லை.

பொருளாதார நிலையா? கல்வியறிவு பெற்ற, அரசியலில் பங்கேற்கும் வாய்ப்பு பெற்ற அண்ணலையே மதிப்புடன் நடத்தாத இச்சமூகமா பணக்காரராக இருக்கின்ற தாழ்த்தப்பட்டோரை மதிக்கும்? இஃதன்றி, கல்வியறிவு மறுக்கப்பட்ட தாழ்த்தப்பட்டோரின் பொருளாதார நிலை மட்டும் எந்த வகையில் முன்னேறும்?

ஆக, "கல்வியறிவின்மையோ, அரசியல் உரிமையின்மையோ, பொருளாதார பலமின்மையோ தாழ்த்தப்பட்டோரின் இழிநிலைக்கு அடிப்படைக் காரணங்களாக அமைந்திருக்க வாய்ப்பில்லை. சமூகத்தில் நிலவிய தீண்டாமையே இதற்கெல்லாம் அடிப்படைக் காரணம்!" என்ற முடிவுக்கே அண்ணல் அம்பேத்கர் வந்திருக்கக் கூடும். எனவேதான், தாழ்த்தப்பட்டோர் எதிர்கொள்கின்ற சமூக இழிவே அண்ணலை மிகவும் கவலையுறச் செய்தது. இதைத்தான் முதலில் களைய வேண்டுமென்று அண்ணல் விழைந்தார்.

சுருங்கச் சொன்னால், ஒருவனுக்குக் கல்வி மறுக்கப்பட்டதாலோ, அரசியல் உரிமை மறுக்கப்பட்டதாலோ, அவன் பொருளாதாரத்தில் பின்தங்கிய நிலையில் இருப்பதாலோ அவன் தாழ்த்தப்பட்டவனாக இருப்பதில்லை. மாறாக, அவன் தாழ்த்தப்பட்டவனாக இருப்பதால்தான் அவனுக்குக் கல்வி மறுக்கப்படுகிறது. அரசியல் உரிமை மறுக்கப்படுகிறது. எனவேதான் அவன் பொருளாதாரத்தில் பின்தங்குகிறான்.

சரி! அனைத்திற்கும் அடிப்படைக் காரணம் 'தீண்டாமை என்னும் மனநோயே!' என்ற முடிவுக்கு வந்த அண்ணல் அதை எவ்வாறு போக்க விழைந்தார்? அரசியலமைப்புச் சட்டத்தின் அடிப்படை உரிமைகளின் வாயிலாக, அரசியலமைப்புச் சட்டத்தின் ஷரத்து 17,

தீண்டாமையைத் தடைசெய்கிறது. தீண்டாமையைப் போக்கினால் மட்டும் போதுமா? தாழ்த்தப்பட்டோருக்குக் கல்வியும், அரசியல் உரிமைகளும் கிடைக்க அண்ணல் என்ன வழிவகை செய்தார் என்ற கேள்விக்கு விடை - 'வயது வந்தோருக்கான வாக்குரிமை' (Universal adult suffrage), 'ஒருவருக்கு ஒரு வோட்டு' - இவை தவிர 'தாழ்த்தப்பட்டோருக்கான இடஒதுக்கீடு'.

தாழ்த்தப்பட்டோரின் பொருளாதார முன்னேற்றம்? "சமுதாய மாற்றத்தால் அரசியல் உரிமைகளும், கல்வியறிவும் பெற்ற எந்தத் தாழ்த்தப்பட்டோரும் பொருளாதாரத்தில் முன்னேறவே செய்வர்!" என்பது அண்ணலின் அசைக்கமுடியாத நம்பிக்கை!

உனக்கென்ன? உனக்கென்ன?

தீண்டப்படாதவர்கள் எதிர்கொள்ளும் இன்னல்களை ஆராய்ந்து எழுதிய அண்ணல் அம்பேத்கர், சாதி இந்துக்களின் எண்ணவோட்டத்தை வெளிக்கொணரும் விதமாகப் பல்வேறு கேள்விகளை எழுப்புகிறார்:

தூய்மையான உடைகளை உடுத்தியதற்காக ஒரு தாழ்த்தப்பட்டவன் தண்டிக்கப்பட வேண்டுமா? தாழ்த்தப்பட்டவன் தூய ஆடைகளை அணிந்தால் ஒரு சாதி இந்து ஏன் கோபப்படவேண்டும்?

தன்னுடைய வீட்டிற்கு ஓடு வேயப்பட்ட கூரை போட ஒரு தாழ்த்தப்பட்டவன் விரும்பினால், அதற்காக அவன் ஏன் தாக்கப்படவேண்டும்? தாழ்த்தப்பட்டவன் தன்னுடைய வீட்டிற்கு ஓடு போட்டால், சாதி இந்துவுக்கு என்ன இழப்பு?

தன்னுடைய குழந்தைகளைப் பள்ளிக்கு அனுப்ப ஒரு தாழ்த்தப்பட்டவன் விழைந்தால், அவன் ஏன் தண்டிக்கப்படவேண்டும்? தலித் மக்கள் படித்தால் சாதி இந்துவுக்கு என்ன கெடுதல்?

தன்னுடைய மதத்தைத் துறக்க ஒரு தலித் முடிவெடுத்தால், சாதி இந்து ஏன் ஆத்திரம் கொள்ளவேண்டும்?

தன்னுடைய விருப்பத்திற்கேற்றவாறு ஒரு தலித் வேலை பார்ப்பதையோ, இடம் வாங்குவதையோ, தொழில் செய்வதையோ, சொந்தக் காலில்

நிற்பதையோ, பொருளாதார சுதந்திரம் பெறுவதையோ, அதிகாரத்திற்கு வருவதையோ ஏன் சாதி இந்து விரும்புவதில்லை?

பல்வேறு சாதிகளால் பிரிந்து தமக்குள்ளே பூசல்கள் பல கொண்ட சாதியினர், 'தலித் எதிர்ப்பு' என்ற காரணத்தில் மட்டும் ஒன்றுபட்டு ஒட்டுமொத்தமாக தலித்களை அடக்குமுறைக்கு ஆளாக்குவது ஏன்?

இவ்வாறு இன்னும் நெற்றிப்பொட்டில் அடித்தாற்போலப் பல கேள்விகளை எழுப்பும் அண்ணல் அம்பேத்கர், அனைத்து கேள்விகளுக்கும் ஒரே விடையைத் தருகிறார். "தலித்களின் முன்னேற்றத்தைக் கண்டால் சாதி இந்துக்களுக்கு ஏன் பிடிப்பதில்லை என்றால், அவை யாவும் தங்களுடைய மத தர்மத்திற்கு, மத சாத்திரங்களுக்கு எதிரானது என்று அவர்கள் கருதுவதுதான்!" என்கிறார்.

"அப்படியானால் இந்து மதத்தின் தர்மங்களும், சாத்திரங்களும் என்ன கூறுகின்றன?" என்று கேள்வியெழுப்பி அதற்கு விடை காண விழைகிறார் அண்ணல் அம்பேத்கர்.

மனு (அ)தர்மம்

இந்து சமுதாயம் நான்கு வருணங்களாகப் பகுக்கப்பட்டுள்ளது என்று துவங்கினால், பெரும்பாலானோர் பகவத் கீதையிலிருந்து மேற்கோள் காட்டி, தொழிலின் அடிப்படையை ஒட்டியே நான்கு வருணங்கள் அமைக்கப்பட்டன என்று கூறி, 'Division of Labour' என்ற பொருளாதாரக் கருத்தின் இந்திய வடிவமே இது என்றும் கூறி, பின்னாளில் பிறப்பின் அடிப்படையில் சாதிகள் அமைந்ததற்கும், பண்டைய இந்து சாத்திரங்கள் கூறியதற்கும் எவ்விதத் தொடர்புமில்லை என்று இறுதியாகக் கூறி முட்டுக் கொடுப்பதுண்டு. தெரிந்தே சிலரும், தெரியாமல் பலரும் இவ்வாதத்தை முன்வைப்பதுண்டு. இதற்குச் சரியான பதிலை அண்ணல் அம்பேத்கர் முன்வைக்கிறார்.

மனுதர்ம சாத்திரத்தின் முக்கிய பகுதிகளைச் சுட்டிக்காட்டும் முன்னர், ஒரு முக்கியமான கருத்தைப் பதிவிட்டுள்ளார் அண்ணல் அம்பேத்கர் *(Dr.Babasaheb Ambedkar Writings and Speeches published by Dr.Ambedkar Foundation- Vol.5- Chapter 23- Page 275- August 2020 edition):*

'சதுர்வர்ணம்' என்று கூறப்படுகின்ற நான்கு வருணங்களே மனு தருமம் வகுத்திருக்கின்ற சமுதாயப் பகுப்புகளெனப் பலரும் தவறாகப் புரிந்துகொண்டிருக்கின்றனர். மனு தரும சாத்திரத்தைத் தவறாகப் படித்ததன் விளைவு இது. பிராமண, க்ஷத்திரிய, வைசிய, சூத்திர

வருணப்பிரிவுகள் மனுவுக்கு முன்னமேயே புழக்கத்தில் இருப்பவை. இவை மனுவால் பகுக்கப்பட்டவையல்ல.

மனு செய்தது என்னவென்றால் சமுதாயத்தை இரு பிரிவாகப் பிரித்ததுதான். (1) சதுர்வர்ணத்தின் உள்ளே வருப்பவர்கள் (2) சதுர்வர்ணத்திற்கும் அப்பால் உள்ளவர்கள். இந்து தரும சாத்திரத்தில் மனு சேர்த்தது இப்பகுப்பாய்வையே. இந்தப் பகுப்பை முதன்முதலில் துவக்கியவர் மனுவே. சதுர்வர்ணத்தின் உள்ளே வருபவர்களின் கடமைகளையும், சதுர்வர்ணத்திற்கு அப்பால் உள்ளவர்களின் கடமைகளையும் பட்டியலிட்டுள்ளார் மனு".

இப்போது பெரும்பாலானோர் மனதில் தோன்றும் கேள்வி, மனுவில் இவ்வாறு விஷமத்தனமாகக் குறிப்பிட்டிருந்தால் கூட, இதற்கும் தாழ்த்தப்பட்டோர் நிலைக்கும் என்ன தொடர்பு? இன்றைய சூழலில் மனுதருமத்தை யார் பின்பற்றுகிறார்கள்? என்றோ எழுதப்பட்ட ஒரு வெட்டி சாத்திரத்துக்கு இன்று ஏன் வியாக்கியானம் அளிக்கவேண்டும்?

இதற்கும் சான்றுகளோடு பதில் தருகிறார் அண்ணல் அம்பேத்கர்!

மனு (அ)தர்மம் – 2

என்றோ எழுதப்பட்ட மனு தருமத்தை இன்றும் நடைமுறையில் இருப்பதாகக் கருதி எதற்காக வீண் விவாதத்தில் ஈடுபடவேண்டுமென்று சிலர் கருதக்கூடும். மனு தருமம் முற்றாக வழக்கொழிந்து போயிற்றா என்றால் முற்றாக ஒழியவில்லை என்பதையும், மாறுபட்ட வடிவத்தில் மனு தருமம் நடைமுறையில் உள்ளது என்பதையும் அண்ணல் அம்பேத்கர் விளக்குகிறார்.

சதுர்வருணத்திற்கு வெளியிலுள்ள நபர்களை 'Bahayas' என்றும் 'Dasyus' என்றும் பொதுப்பெயரில் விளிக்கிறார் மனு [தமிழகத்தில் கூட 'பஞ்சமர்' என்று சிலரைக் குறிப்பிட்டதுண்டு. 'பஞ்சம்' என்றால் வடமொழியில் 'ஐந்து' ('பஞ்ச பாண்டவர்' என்று குறிப்பிடுகிறோம் அல்லவா!)- ஏன் இவர்கள் ஐந்தாமவர்கள் என்றால், சதுர்வருணத்தில் கூறப்பட்ட பிராமண, க்ஷத்திரிய, வைசிய, சூத்திர வர்க்கத்தைத் தாண்டிய ஐந்தாம் வர்க்கத்தைச் சேர்ந்தவர்கள்- எனவே இவர்கள் 'பஞ்சமர்கள்'].

இத்தகைய நபர்கள் கடைபிடிக்க வேண்டிய 'தருமங்கள்' என்னென்ன என்று மனு கூறியவற்றைப் பட்டியலிட்ட அண்ணல் அம்பேத்கர், அவை யாவும் அப்படியே தாழ்த்தப்பட்டோருக்கு விதிக்கப்பட்டுள்ள கட்டளைகளே என்பதை நிறுவுகிறார்.

எடுத்துக்காட்டாக, தமிழகத்தில் 1930ஆம் ஆண்டு டிசம்பர் மாதத்தில் அன்றைய இராமநாதபுரம் மாவட்டத்தைச் சேர்ந்த கள்ளர் சாதிப்பிரிவினர்,

தாழ்த்தப்பட்டோருக்கு விதித்த பல்வேறு நிபந்தனைகளைப் பட்டியலிட்டுக் காட்டுகிறார் அண்ணல் அம்பேத்கர் (பக்கம் 279 மற்றும் 280- தொகுதி ஐந்து- 2020ஆம் பதிப்பு). அவ்வாறு விதிக்கப்பட்ட நிபந்தனைகள் அனைத்தும் மனு தருமத்தில் சதுர்வருணத்திற்கு வெளியே உள்ள நபர்களுக்கு விதிக்கப்பட்ட தருமங்களை ஒத்திருக்கின்றன என்பதை நிறுவுகிறார் அண்ணல் அம்பேத்கர்.

அதாவது, மனு கூறிய அன்றைய *Dasyus* மற்றும் *Bahayas* ஆகியோரே இன்றைய தாழ்த்தப்பட்டோர் என்பதை விளக்கும் அண்ணல் அம்பேத்கர், மனு தருமத்தின் நடைமுறைப் பயன்பாட்டையும் படம்பிடித்துக் காட்டுகிறார்.

மனுநீதியும் நீதிபதியும்

கல்கத்தாவில் ஒரு வழக்கு விசாரணைக்கு வருகிறது. தாழ்த்தப்பட்ட வகுப்பைச் சேர்ந்த ஒரு நபர், இன்னொருவரின் ஆட்டைத் திருடிவிட்டார் என்பது குற்றச்சாட்டு. வழக்கை விசாரித்த நீதிபதி, குற்றம் சாட்டப்பட்டவர் தவறிழைக்கவில்லை என்பதை ஆராய்ந்தறிந்து தீர்ப்பு கூறுகிறார். வழக்கு தள்ளுபடி செய்யப்படுகிறது.

இப்போது தாழ்த்தப்பட்ட நபர், குற்றம் சுமத்தியவர் மீது மான நஷ்ட வழக்கு போடுகிறார். வழக்கு விசாரணைக்கு வருகிறது. நீதிபதியோ, வழக்கைத் தள்ளுபடி செய்கிறார். என்ன காரணத்தால்?

“வழக்கைப் பதிந்தவர் ஒரு தாழ்த்தப்பட்டவர். தாழ்ந்த சாதியைச் சேர்ந்தவராதலால் அவருக்கு மானம் என்கிற ஒன்று இல்லவே இல்லை; எனவே இல்லாத மானம்- நஷ்டம் ஆகியிருக்காது!”

உயர்நீதிமன்றம் தலையிட்டு இத்தீர்ப்பை மாற்றுகிறது- Indian Penal Codeஇன்படி அனைவரும் சமம். எனவே அந்த நீதிபதியின் தீர்ப்பு தவறென்று இடித்துரைக்கிறது.

சட்டப்புத்தகத்தின்படி மனுதருமம் ஒரு சட்டமில்லை என்று கூறினாலும், நடைமுறை வழக்கம் மற்றும் பொதுமக்களின் பழக்கவழக்கங்களின்படி மனுதருமக் கொள்கைகள் யாவும் இந்திய சமுதாயத்தில் நடைமுறையில்

இருந்தே வருகிறது என்பதை விளக்கும் முகமாக இச்சம்பவத்தை எடுத்தாண்டிருக்கிறார் அண்ணல் அம்பேத்கர்.

மாட்சிமைக்குரிய நீதிபதி ஒருவரின் மனத்தையே மனுதருமம் எந்தளவுக்கு ஆக்ரமித்திருக்கிறது என்பதை விளக்கிய அண்ணல் அம்பேத்கர், சட்டத்தைப் பின்பற்றும் நீதிபதியின் நிலையே இவ்வாறு உள்ளதென்றால், சாதாரண மக்களின் மனங்களில் மனு தருமம் எந்தளவுக்கு ஊறிப் போயிருக்கும் என்பதையும் விளக்குகிறார்.

பகுதி—ஆ

மக(ர்)ராசனும் மகாத்மாவும்

காந்தியடிகளோடு கருத்துப்போர்

நாட்டு விடுதலையை நோக்கமாகக் கொண்டு போராடிய காந்தியடிகள், தீண்டாமை ஒழிப்பிற்காகவும் குரல்கொடுத்தவர். தாழ்த்தப்பட்டோருக்கு 'ஹரிஜன்' என்ற பொதுப்பெயர் சூட்டியவர். 'இத்தகையவரோடு அண்ணல் அம்பேத்கருக்கு எங்ஙனம் கருத்து மோதல் ஏற்பட்டிருக்கக் கூடும்?' என்ற கேள்வி எழலாம்; பள்ளிகளில் கற்பிக்கப் பயன்படும் பாடப்புத்தகங்களில் பதிவேற்றப்படாத வரலாற்றுப்பகுதி இது!

காந்தியடிகளை அண்ணல் அம்பேத்கர் அவர்கள் முதன்முதலில் 14.08.1931 அன்று பம்பாயில் நேரில் சென்று சந்தித்தார். தாழ்த்தப்பட்டோரின் முன்னேற்றத்திற்காகக் காந்தியடிகளும் காங்கிரசுக் கட்சியும் முனைப்பாகச் செயலாற்றவில்லை என்ற எண்ணங்கொண்ட அண்ணல் அம்பேத்கர், அந்த முதல் சந்திப்பிலேயே, தனக்கு மகாத்மாக்களின் மீது நம்பிக்கையில்லை என்று நேர்படப் பேசிவிட்டார்.

தன்னுடைய நிலைப்பாட்டை விளக்கும் முகமாகத் தீண்டாமை ஒழிப்பிற்காகவும், தாழ்த்தப்பட்டோர் முன்னேற்றத்திற்காகவும் காங்கிரசுக் கட்சி அதுவரையில் செலவழித்த தொகை குறித்து காந்தியடிகள் கூறிய புள்ளிவிவரம், அண்ணலை அவ்வளவாக ஈர்க்கவில்லை. காங்கிரசுக் கட்சியின் முக்கியமான செயல்திட்டங்களுள் ஒன்றாகத் தீண்டாமை

ஒழிப்பினைக் கொண்டுவரத் தாம் எதிர்கொண்ட எதிர்ப்பினைக் குறித்த காந்தியடிகளின் விளக்கத்திற்கு, ஓர் எதிர்க்கேள்வியால் முற்றுப்புள்ளி வைத்தார் அண்ணல்- 'கதராடை உடுத்துபவர் மட்டுமே கட்சிக்குள் சேர்க்கப்படுவர்!' என்னும் விதிமுறையைக் கடைபிடிக்கும் காந்தியடிகள், ஏன் 'தீண்டாமை ஒழிப்பைக் கடைப்பிடிப்போர் மட்டுமே கட்சிக்குள் சேர்க்கப்படுவர்!' என்னும் விதிமுறையைக் கொண்டு வரவில்லை என்ற கேள்வியே அது!

இருவரும் கருத்து வேறுபாடு கொண்டிருந்த இன்னொரு தளம், தாழ்த்தப்பட்டோரின் ஆலய நுழைவுப் போராட்டம். காந்தியடிகள் இப்போராட்டத்தை ஆதரிக்க, அண்ணல் அம்பேத்கருக்கு இதில் உடன்பாடில்லை. 'அரசியல், சமூக, பொருளாதார வளர்ச்சியை தாழ்த்தப்பட்டோர் பெற்றுவிட்டால் ஆலய நுழைவெல்லாம் தானாக நடந்தேறும்!' என்பது அண்ணலின் எண்ணவோட்டம். 'ஆலய நுழைவுப் போராட்டத்தை எதிர்க்கும் சாதி இந்துக்கள், காங்கிரசுக் கட்சிக்கு ஓட்டுப்போடாமல் விட்டுவிட்டால், அரசியல் அதிகாரம் காங்கிரசுக் கட்சியை விட்டுப் போய்விடுமோ?' என்ற அச்சத்தில், காந்தியடிகள் அவ்வப்போது ஆலய நுழைவுப் போராட்டத்தைத் தற்காலிகமாக நிறுத்தி வைப்பதாகவும் அண்ணல் அம்பேத்கர் கூறினார்.

காந்தியடிகளின் சத்தியாகிரகப் போராட்டத்தையும் அண்ணல் ஆதரிக்கவில்லை. 'தீண்டாமை ஒழிப்பிற்காகவோ, பொதுக்குளங்களையும், ஆலயங்களையும் தாழ்த்தப்பட்டோருக்காகத் திறந்துவிடாததை எதிர்த்தோ காந்தியடிகள் ஒருமுறை கூட சத்தியாகிரக ஆயுதத்தைப் பயன்படுத்தியதில்லை!' என்பதை வருத்தத்துடன் பதிவிட்டிருக்கிறார் அண்ணல் அம்பேத்கர்.

சாதி இந்துக்களின் மனம் புண்படுவதை காந்தியடிகள் விரும்பியதில்லை என்பதையும் ஓர் எடுத்துக்காட்டின் மூலம் அண்ணல் நிறுவுகிறார்- தீண்டாமைக்கு எதிராக ஒருமுறை தாழ்த்தப்பட்டோர் ஒன்றிணைந்து சத்தியாகிரகப் போராட்டம் மேற்கொள்கையில், அப்போராட்டத்தை எதிர்த்தார் காந்தியடிகள். அதற்கு அவர் கூறிய காரணம் 'அந்நியருக்கு எதிராகப் போராட மட்டுமே சத்தியாகிரகம் பயன்படுத்தப்படவேண்டும்!'

'சாதிகள் இருக்க வேண்டும்; ஆனால் தீண்டாமை அழிக்கப்படவேண்டும்!' என்ற காந்தியடிகளின் கொள்கையை, 'சாதி அழித்தொழிப்பு' என்னும் கொள்கையில் ஊன்றி நின்ற அண்ணல் அம்பேத்கரால் ஏற்றுக்கொள்ள

முடியவில்லை. ‘தாழ்த்தப்பட்டோருக்குச் சிறப்புச் சலுகை வேண்டும்!’ என்ற கொள்கை கொண்ட அண்ணல் அம்பேத்கரை, ‘அனைத்து சாதி,மத மக்களுக்கும் சமவாய்ப்பு’ என்ற கொள்கை கொண்ட காந்தியடிகளால் ஒப்புக்கொள்ள முடியவில்லை.

இவ்விருவரின் கொள்கைகளும் நேருக்குநேர் களம் கண்டதன் விளைவே ‘பூனா ஒப்பந்தம்’ *(1932)*. இது குறித்து விளக்கிட தனி புத்தகங்களே இருக்கின்றன. சுருக்கமாக இது குறித்துப் பார்ப்போம்.

பூனா ஒப்பந்தத்திற்கு முன்பு— பாகம் 1

பூனா ஒப்பந்தம் *(1932)* குறித்தும், அதன் விளைவுகள் குறித்தும் தெளிவாகத் தெரிந்துகொள்ள வேண்டுமெனில், அதற்கு முன்னர் நடைபெற்ற நிகழ்வுகளை அறிந்துகொண்டால்தான் முடியும்.

ஆங்கிலேய ஏகாதிபத்தியத்தை எதிர்த்த நாட்டு மக்கள் 'இந்திய தேசிய காங்கிரஸ்' என்ற ஒரு குடையின் கீழ் மெல்ல மெல்ல அணிதிரண்டு கொண்டிருந்த காலம் அது, நாட்டுமக்களின் எதிர்ப்பைச் சற்று தணிவிக்கும் நோக்கத்தோடும், அதே சமயம் பிரித்தாளும் சூழ்ச்சியின் ஓர் அங்கமாகவும் ஆங்கிலேய அரசு அப்போது அறிவித்ததே 'மார்லி-மிண்டோ சீர்திருத்தம்' *(Morley- Minto Reforms, 1909)*. இதன்படி, இந்தியாவில் உள்ள இஸ்லாமியர்களுக்குத் 'தனி வாக்காளர்கள்' *(Separate Electorate)* என்னும் செயல்திட்டம் நடைமுறைக்கு வந்தது. அதாவது, அறிவிக்கப்பட்ட சில தொகுதிகளில் இஸ்லாமியர்கள் மட்டுமே வேட்பாளர்களாக நிற்க, அவர்களைத் தேர்ந்தெடுக்க ஓட்டளிக்கும் வாக்காளர்களும் இஸ்லாமியர்களாக மட்டுமே இருப்பர். வேறு சாதி,மதங்களைச் சேர்ந்தவர்கள் இத்தகைய தொகுதிகளில் வேட்பாளராகவும் நிற்க முடியாது. வாக்காளர்களாகவும் ஓட்டளிக்க முடியாது. 'தனி வாக்காளர்கள்' *(Separate Electorate)*

முறையை இந்தியாவில் முதல்முறையாக அறிமுகம் செய்தது மார்லி-மிண்டோ சீர்த்திருத்தம் என்பதை நினைவில் கொண்டால் போதும்.

(Separate Electorates முறைக்கு மாற்றாக இருப்பதே *Reserved constituencies with Joint Electorate*. இதன்படி, ஒரு தொகுதியில் வாக்காளர்களாகப் பதிவு செய்யப்பட்ட அனைவரும் வாக்களிக்கலாம். ஆனால் அத்தொகுதியின் வேட்பாளர்கள் அனைவரும் ஒரு குறிப்பிட்ட சாதியையோ, மதத்தையோ சேர்ந்தவர்களாக மட்டுமே இருப்பர். நம் நாட்டில் இப்போது *Separate Electorates* கிடையாது; *Joint Electorates with Reserved Constituencies* [தாழ்த்தப்பட்டவர்களுக்கும், பழங்குடியினர்க்கும்] மட்டுமே நடைமுறையில் உள்ளது).

இஸ்லாமியர்களுக்குத் தனி வாக்காளர்கள் *(Separate Electorate)* திட்டமுறையை அறிவித்ததன் மூலம், மார்லி-மிண்டோ சீர்திருத்தம் இஸ்லாமியர்களின் அரசியல் உரிமைகளை உறுதி செய்வதாகத் தோன்றினாலும், அடிப்படையில் அது இந்து-முஸ்லீம் ஒற்றுமையைப் பிரித்தாளும் சூழ்ச்சியாகவே பார்க்கப்பட்டது. நாட்டு விடுதலையை நோக்கமாகக் கொண்டு, காங்கிரசுக் கட்சியில் இணைந்துவந்த இந்து மற்றும் இஸ்லாம் இனத்தவரிடையே ஒரு பிரிவினையை உருவாக்கி, இச்சலுகையை அளித்ததன் மூலம் இஸ்லாமியர்களைச் சற்று தணிவித்து, அவர்களைக் காங்கிரஸ் கட்சிக்கு எதிராகத் திருப்பிவிடும் எண்ணத்தோடுதான் இச்சீர்திருத்தம் அறிவிக்கப்பட்டது என்பதில் உண்மையில்லாமல் இல்லை. வங்காளப் பிரிவினையின்போதும் (1905) இதே தந்திரத்தைத்தான் ஆங்கிலேய அரசு கையாண்டது என்பதையும் இதனோடு சேர்த்துப் பார்த்தால் இன்னும் தெளிவாகும்.

முதலில் இச்சீர்திருத்தத்தை காங்கிரசுக் கட்சி எதிர்த்தாலும், பின்னர் 1916ஆம் ஆண்டு காங்கிரசுக்கும் முஸ்லீம் லீக்குக்கும் *(Muslim League)* இடையே ஏற்பட்ட லக்னோ ஒப்பந்தத்தின்படி *(Lucknow Pact)*, இத்திட்டத்தை அக்கட்சி ஏற்றுக்கொண்டது.

மார்லி-மிண்டோ சீர்திருத்தம் அறிவிக்கப்பட்ட பத்தாண்டுகளுக்குப் பிறகு, மாண்டேகு-செம்ஸ்போர்டு சீர்திருத்தம் (1919) அறிவிக்கப்பட்டது *(Montague-Chelmsford Reforms)*. இதன்படி, அன்றைய இந்திய மாகாணங்களில் இரட்டையாட்சி (அல்லது இணையாட்சி- *Dyarchy)* நடைமுறைப்படுத்தப்பட்டது. அதாவது, இந்திய மாகாணங்களை ஆங்கிலேயரும் இந்தியரும் ஒன்றிணைந்து ஆளலாம்.

இத்திட்டத்தைச் செயல்படுத்த அமைக்கப்பட்ட குழுக்களில் ஒன்று-வாக்குரிமைக் குழு *(Franchise Committee)*. இதனை, 'சௌத்பரோ குழு' *(Southborough Committee)* என்றும் அழைப்பர். இக்குழுவின் முன்பு அண்ணல் அம்பேத்கர் அவர்கள் சாட்சியம் அளித்தார். அண்ணல் அளித்த சாட்சியத்தால்தான் தாழ்த்தப்பட்டோரின் அவலநிலையை ஆங்கிலேய அரசு முதன்முதலாக உணர்ந்துகொண்டது என்றே கூறலாம்.

பூனா ஒப்பந்தத்திற்கு முன்பு – பாகம் 2

ஸ்ரீநிவாஸ் சாஸ்திரி, சுரேந்திரநாத் பானர்ஜி போன்ற இந்தியத் தலைவர்கள் அடங்கிய சௌத்பரோ குழுவிடம் சாட்சியம் அளித்த அண்ணல் அம்பேத்கர், தாழ்த்தப்பட்டோருக்குத் தனி வாக்காளர்கள் முறையைக் (*Separate Electorate*) கோரினார். தாழ்த்தப்பட்டோருக்காக இக்கோரிக்கையை முதன்முதலில் எழுப்பியவர் அண்ணல் அம்பேத்கர் அவர்கள் என்பது குறிப்பிடத்தக்கது.

தாழ்த்தப்பட்டோரின் நிலைகுறித்து அண்ணல் சாட்சியத்தின் மூலமாக உணர்ந்துகொண்டாலும், இஸ்லாமியருக்கு மட்டுமே தனி வாக்காளர்கள் முறையை சௌத்பரோ குழு உறுதிசெய்தது; நியமன முறை (*Nomination*) மூலமாக ஆட்சிமன்றங்களில் தாழ்த்தப்பட்டோருக்குப் பிரதிநிதித்துவம் கிடைக்க அக்குழு வழிவகை செய்தது.

சௌத்பரோ குழு அறிவித்த முடிவுகளால் மனம்தளராத அண்ணல் அம்பேத்கர், தாழ்த்தப்பட்டோருக்கான தனி வாக்காளர் முறையின் தேவை குறித்தும், அதனால் தாழ்த்தப்பட்டோர் அடையவிருக்கும் நன்மைகள் குறித்தும் பொதுவெளியில் விளக்கங்கள் அளிக்கத் துவங்கினார். மெல்ல மெல்ல அண்ணல் அம்பேத்கரின் கோரிக்கை வலுப்பெறத் தொடங்கியது.

மாண்டேகு-செம்ஸ்ஃபோர்டு சீர்திருத்தத்தில் (1919) அறிவித்திருந்தபடி இரட்டையாட்சி முறை (*Dyarchy*) இந்தியாவில் செயல்படுகின்ற

முறை குறித்து ஆராய ஒரு குழுவை இங்கிலாந்து அரசு இந்தியாவிற்கு 1928ஆம் ஆண்டு அனுப்பியது. 'சைமன் குழு' (*Simon Commission*) என்று அக்குழு அழைக்கப்பட்டது. இக்குழுவில் இந்தியர் எவரும் இடம்பெற்றிராத காரணத்தால், காங்கிரசும் ஏனைய பிற கட்சிகளும் இக்குழுவைப் புறக்கணித்தன.

சைமன் குழுவோடு ஒத்துழைப்பதற்காக ஒவ்வொரு மாகாண அரசும் ஒருகுழுவைத் தேர்ந்தெடுத்தது. அவ்வாறு தேர்வு செய்யப்பட்ட பம்பாய் மாகாணக்குழுவில் அண்ணல் அம்பேத்கரும் இடம்பெற்றிருந்தார்.

'இந்து மதத்திலிருந்து பிரித்தெடுத்து, தாழ்த்தப்பட்டோரைத் தனியான சமூகமாக அறிவிக்க வேண்டும்!' என்கின்ற முக்கியமான கோரிக்கையை அண்ணல் அம்பேத்கர் அவர்கள் சைமன் குழுவின் முன்பு வைத்தார். மேலும், நியமன முறையில் தாழ்த்தப்பட்டோருக்குச் சட்டமன்றங்களில் ஒன்றிரண்டு பிரதிநிதித்துவம் அளிப்பதை நிறுத்திவிட்டு, ஆட்சிமன்றங்களில் வயதுவந்தோருக்கான வாக்குமுறையுடன் கூடிய தாழ்த்தப்பட்டோருக்கென இடஒதுக்கீடு வேண்டுமென்றும் வலியுறுத்தினார். அவ்வாறு அளிக்கமுடியாத நிலையில், தாழ்த்தப்பட்டோருக்குத் தனி வாக்காளர்முறை வேண்டுமென்றும் அண்ணல் கூறினார்.

இதுபோன்ற கோரிக்கைகள் குறித்து ஆராயவும், இந்திய மக்களின் எதிர்பார்ப்புகளை நிறைவேற்றி ஓர் அரசியலமைப்புச் சட்டத்தை இந்தியாவிற்கென இயற்றியளிப்பது குறித்து ஆராயவும் இங்கிலாந்து அரசாங்கம் வட்டமேஜை மாநாட்டிற்கு (*Round Table Conference*) அழைப்பு விடுத்தது.

இந்தியாவில் இருந்த இங்கிலாந்து ஆட்சியாளர்களைத் தாண்டி, இங்கிலாந்தில் இருந்த ஆட்சியாளர்களும் அண்ணல் அம்பேத்கரின் மேதைமையை உணர்ந்துகொண்டது இந்த மாநாடுகளில்தான்; காந்தியடிகளுக்கும் அண்ணல் அம்பேத்கருக்குமிடையே நிலவிவந்த கருத்து வேற்றுமை மிகத் தீவிரமாக வெளிப்பட்டதும் இந்த மாநாடுகளில்தான்.

பூனா ஒப்பந்தத்திற்கு முன்பு— பாகம் 3

(வட்டமேஜை மாநாடுகள்)

1930ஆம் ஆண்டு முதல் 1932ஆம் ஆண்டு வரை ஆண்டுக்கொருமுறை நடைபெற்ற மூன்று வட்டமேஜை மாநாடுகளிலும் பங்கேற்ற இந்தியத் தலைவர் அண்ணல் அம்பேத்கர் அவர்கள். தாழ்த்தப்பட்டோரின் சார்பில் பங்கேற்ற அண்ணலோடு 'இராவ் பகதூர்' இரட்டைமலை சீனிவாசன் அவர்களும் பங்கேற்றார். (இவருடைய நினைவுமண்டபம்-சென்னை கிண்டியில் இராஜாஜி நினைவிடத்திற்கு அருகில், அண்ணா பல்கலைகழகத்திற்கு எதிரில் உள்ளது)

இம்மாநாடுகளின் முக்கியத்துவத்தை நன்கு உணர்ந்திருந்த அண்ணல் அம்பேத்கர், அதனைத் தன்னுடைய முதலாம் வட்ட மேஜை மாநாட்டின் உரையில் வெளிப்படுத்தினார். 'இந்திய அரசியலமைப்புச் சட்டத்தை இயற்றுவது குறித்து இந்தியர்களோடு ஒரு மாநாட்டை இங்கிலாந்து அரசாங்கம் கூட்டியது அதுவே முதல்முறை!' என்பதையும், 'தாழ்த்தப்பட்டோருக்கு இத்தகைய மாநாடுகளில் உரிய முக்கியத்துவம் அளித்து, அவர்களையும் இத்தகைய மாநாட்டுக்கு அழைத்ததும் அதுவே முதல்முறை' என்பதையும் தன்னுடைய உரையில் பதிவிட்டிருக்கிறார் அண்ணல் அம்பேத்கர்.

“தாழ்த்தப்பட்ட குலத்தைப் பல்வேறு வகைகளில் அடிமைப்படுத்தியும், அவமானப்படுத்தியும், முன்னேற விடாமலும் வைத்திருக்கும் சாதி இந்துக்கள், இத்தகைய தாழ்த்தப்பட்டோரை இன்னமும் இந்து மதத்திலேயே வைத்திருக்கும் காரணம் என்ன? அவ்வாறு அவர்களை இந்து மதத்தின் பிடியிலேயே வைத்துக்கொண்டு தொடர்ந்து அவர்களின் உரிமைகளைப் பறித்து, அவர்களைத் தங்கள் காலடியிலேயே வைத்துக்கொள்ளத்தான்!” என்பன போன்ற ஆணித்தரமான வாதங்களை அண்ணல் அம்பேத்கர் முன்வைத்தார்.

எனவே, தாழ்த்தப்பட்டோரைத் தனிகுழுவாகவே கருதவேண்டும் என்றும், அவர்களை ‘சாதியற்ற இந்துக்கள்’ என்றோ அல்லது கிறிஸ்தவ மதத்தில் ‘Protestant’ பிரிவு இருப்பதைப் போல, ‘Protestant இந்துக்கள்’ என்றோ அழைக்க வேண்டுமென்றும் அவர் கோரினார்.

தன்னுடைய உரையில் அவர் இங்கிலாந்து அரசாங்கத்தையும் விட்டுவைக்கவில்லை, “பிரிட்டிஷ் ஆட்சி இந்தியாவில் ஏற்பட்டு ஏறக்குறைய 150 ஆண்டுகள் ஆகியும் தாழ்த்தப்பட்டோரின் நிலையில் எவ்வித மாற்றமுமில்லை; அவர்களுக்கு ஏற்பட்ட காயங்கள் இன்னமும் ஆறாத் தழும்புகளாகவே உள்ளன!” என்பதையும் சுட்டிக் காட்டியிருந்தார்.

இவற்றையெல்லாம் விளக்கியதன் மூலம் தாழ்த்தப்பட்டோரின் இழிநிலையை படம்பிடித்துக்காட்டிய அண்ணல் அம்பேத்கர், தாழ்த்தப்பட்டோருக்கான அரசியல் பாதுகாப்புத் திட்டங்களை உறுதிப்படுத்தும் விதமாக இந்திய அரசியலமைப்புச் சட்டம் இயற்றப்பட வேண்டுமென்ற கோரிக்கையை முன்வைத்தார். பின்னாளில், மீண்டும் தாழ்த்தப்பட்டோருக்கான தனிப்பட்ட வாக்காளர் முறையைக் *(Separate Electorates for Depressed classes)* கோரினார்.

தாழ்த்தப்பட்டோரையும் சிறுபான்மையினராகக் கருதி, பிற சிறுபான்மையினரான இஸ்லாமியர், சீக்கியர் ஆகியோருக்கு அளிக்கப்படவிருக்கும் உரிமைகளைத் தாழ்த்தப்பட்டோருக்கும் அளிக்கவேண்டும் என்று வேண்டுகோள் விடுத்தார். இருப்பினும், இத்தகைய சிறுபான்மை இனங்களுக்கிடையே உள்ள ஒரு முக்கியமான வேறுபாட்டையும் அவர் சுட்டிக்காட்டுகிறார்:

எண்ணிக்கையின் அடிப்படையில் பார்த்தால் இந்துக்களைத் தவிர இந்தியாவில் இருக்கின்ற அனைத்து மதத்தினரும் சிறுபான்மையினரே! ஆயினும், அனைத்து சிறுபான்மையினரும் ஒரே நிலையில்தான் இருக்கின்றனரா என்றால் இல்லை. பெரும்பான்மை இனத்தோடு ஒப்பிட்டுப் பார்க்கையில் ஒவ்வொரு சிறுபான்மை இனமும் வெவ்வேறு சமூக அந்தஸ்தில் இருக்கின்றன. எடுத்துக்காட்டாக, எண்ணிக்கையின் அடிப்படையில் பார்த்தால் பார்சி இன மக்களும் இந்தியாவில் சிறுபான்மையினரே! ஆனால், அவ்வினத்தவரின் சமூக அந்தஸ்து இந்து மக்களையொத்ததாக இருக்கிறது.

இதனை இன்னும் எளிமையாக விளக்கிய அண்ணல், "சிறுபான்மை இனத்தவர் அனைவரும் (எண்ணிக்கையின் அடிப்படையில் சிறுபான்மை என்னும்) ஒரே படகில் பயணம் செய்கின்றனர் என்றாலும், அனைவரும் ஒரே வகுப்பில் (ஒரே சமூக அந்தஸ்தில்) பயணிக்கவில்லை. சிலர் 'A' வகுப்பிலும், சிலர் 'B' வகுப்பிலும், இன்னும் சிலர் 'C' வகுப்பிலும் பயணிக்கின்றனர்" என்றார்.

சட்ட மறுப்புப் போராட்டத்தின் (Civil Disobedience Movement) காரணமாக முதலாம் வட்ட மேஜை மாநாட்டைப் புறக்கணித்திருந்த காங்கிரஸ், காந்தி - இர்வின் ஒப்பந்தத்தின் (1931) விளைவாக, சட்ட மறுப்புப் போராட்டத்தைக் கைவிட்டு, இரண்டாம் வட்ட மேஜை மாநாட்டில் பங்கேற்கச் சம்மதித்தது; காந்தியடிகள் இம்மாநாட்டில் பங்கேற்க லண்டனுக்குப் பயணமானார் (பகத்சிங்,சுக்தேவ், ராஜகுரு ஆகியோருக்கு விதிக்கப்பட்ட தூக்கு தண்டனையை நீக்குவதற்கு, ஒப்பந்தத்தின்போது போதுமான அழுத்தம் கொடுக்கவில்லை என்றொரு முக்கியமான குற்றச்சாட்டும் காந்தியடிகள் மீது உண்டு).

முதலாம் வட்டமேஜை மாநாட்டில் (1930) அண்ணல் அம்பேத்கர் அவர்கள் வைத்த கோரிக்கைக்கு, (தாழ்த்தப்பட்டோரையும் சிறுபான்மையினராகக் கருதி அவர்களுக்கும் Separate Electorates- தனி வாக்காளர்கள் முறை. அளிக்கப்பட வேண்டும்) இரண்டாம் வட்டமேஜை மாநாட்டில் எதிர்வாதம் புரிந்தார் காந்தியடிகள்.

தாழ்த்தப்பட்டோரின் சார்பாகவும் தானே வந்திருப்பதாக மாநாட்டில் முழங்கினார் காந்தியடிகள். ஒருவேளை, தாழ்த்தப்பட்டோரிடையே இதுகுறித்து ஒரு வாக்கெடுப்பு நடத்தப்பட்டால், அதில் தமக்கே நிச்சயமாக வெற்றியென்றும் கூறினார் ("I claim that I would get *their vote, if there was a referendum of the untouchables, and that I would top the poll*"). அம்பேத்கரை விடவும் தாமே பெரியவர் என்பதைக் காட்டிக்கொள்ளும் காந்தியடிகளின் தன்முனைப்பு (*Ego*) இதிலிருந்து தெளிவாகத் தெரிகிறது.

அண்ணலின் கோரிக்கையை எதனால் காந்தியடிகள் நிராகரிக்கிறார்? (“*the claims advanced on behalf of the untouchables, is to me the 'unkindest cut of all'. It means the perpetual bar-sinister*”) இந்துமதம் உடையக்கூடாது என்பதற்காக! (“*It will create a division in Hinduism which I cannot possibly look forward to with any satisfaction whatsoever*”). தன்னுடைய வாழ்வைப் பணயமாக வைத்தாவது இந்த கோரிக்கையை நடைமுறைப்படுத்துவதைத் தடுக்க விழைவதாகவும் காந்தியடிகள் குறிப்பிட்டார். ஒருவேளை இவற்றின் பலனை அனுபவிக்க வேண்டி, தாழ்த்தப்பட்டோர் இஸ்லாமிய மதத்திற்கு மாறுவதாக முடிவெடுக்க நினைத்தால், (ஏனெனில் இஸ்லாமிய மதத்திற்கெனத் தனிப்பட்ட வாக்காளர் முறை ஏற்கனவே நடைமுறையில் இருந்து வந்தது) அதுகுறித்து தனக்கு எவ்வித ஆட்சேபணையுமில்லை என்றும் காந்தியடிகள் கூறினார்.

மேலும் அண்ணலின் கோரிக்கை குறித்து விமர்சித்த காந்தியடிகள், ஒரு தாழ்த்தப்பட்டவராக அவர் எதிர்கொண்ட துயர நிகழ்வுகள் ஒன்றுசேர்ந்து அவருடைய பார்வையைத் திசைதிருப்பிவிட்டன என்றார். (“*The great wrong under which he has laboured and perhaps the bitter experiences that he has undergone have, for the moment, warped his judgement*”). அதாவது, தன்னுடைய பார்வை தெளிவாக இருப்பதாகவும், அண்ணலின் பார்வையில் தவறிருப்பதாகவும் காந்தியடிகள் கூறாமல் கூறினார் எனக் கொள்ளலாம்.

யாருடைய பார்வையில் குழப்பம் நிலவியது என்பதையும், யாருடைய பார்வை மிகத்தெளிவாக இருந்தது என்பதையும் பிரிட்டிஷ் பிரதமர் ராம்சே மெக்டோனால்ட் (*Ramsay McDonald*) அளித்த *Communal Award* வெளிச்சம் போட்டுக் காட்டியதே! அதையும் தாண்டிய காந்தியடிகளின் தந்திரம்தானே பூனா ஒப்பந்தம்! (*Poona Pact*)

பூனா ஒப்பந்தத்திற்கு முன்பு— பாகம் 4

முதலாம் வட்டமேஜை மாநாட்டில் தெரிவிக்கப்பட்ட கருத்துகளைக் குறித்து ஆராய பல்வேறு குழுக்கள் அமைக்கப்பட்டன. அக்குழுக்கள் தயாரித்த அறிக்கைகளை மறுபரிசீலனை செய்யும் பொறுப்பு இரண்டாம் வட்டமேஜை மாநாட்டில் மேற்கொள்ளப்பட்டது.

சிறுபான்மையினரின் கோரிக்கைகளை ஆராய சிறுபான்மைக் குழு (Minorities Committee) ஒன்று ஏற்படுத்தப்பட்டது. இதில் பங்கேற்ற காந்தியடிகள், அடிக்கடி ரகசியமாக முஸ்லிம் லீக் தலைவர்களைச் சந்தித்துப் பேசியதாக அண்ணல் அம்பேத்கர் கேள்விப்பட்டார்.

இஸ்லாமிய மக்களின் சார்பில் பதினான்கு அம்சக் கோரிக்கைகள் (Fourteen Points programme) என்றொரு செயல்திட்டம் முன்வைக்கப்பட்டது. இக்கோரிக்கைகளை எவ்வித மறுப்புமின்றி அப்படியே தான் ஏற்றுக்கொள்வதாகவும், இதற்கு கைமாறாக தாழ்த்தப்பட்ட மற்றும் இதர சிறுபான்மையினரின் கோரிக்கைகள் அனைத்தையும் முஸ்லிம் லீக் எதிர்க்க வேண்டுமென்றும் காந்தியடிகள் இத்தகைய ரகசிய சந்திப்புகளில் முஸ்லீம் லீக் தலைவர்களிடம் வேண்டுகோள் வைத்ததாக Times of India நாளிதழுக்கு எழுதிய கடிதத்தில் அண்ணல் அம்பேத்கர் குறிப்பிட்டிருந்தார். “காந்தியடிகள் தாழ்த்தப்பட்டோரின் நண்பனாக இல்லை என்பது மட்டுமல்லாமல் அவர் நேர்மையான எதிரியாகக் கூட இல்லை!” என்று அக்கடிதத்தில் அண்ணல் அம்பேத்கர் வருத்தப்பட்டிருந்தார்.

இத்தகைய வட்டமேஜை மாநாடுகளில் யாதொரு ஒருமித்த முடிவும் எட்டப்படாததால், இறுதி முடிவெடுக்கும் பரிபூரண சுதந்திரத்தை ஆங்கிலேய அரசின் கைகளில் ஒப்படைத்தது மாநாடு. பச்சையாகச் சொல்வதானால், "எங்களால் பேசித் தீர்த்துக்கொள்ள முடியவில்லை; நீ சொல்வதைக் கேட்கிறோம்!" என்று நம்முடைய தலைவர்கள் ஆங்கிலேயரின் கால்களில் விழுந்த மாநாடு அது, அண்ணல் அம்பேத்கரைத் தவிர!

ஆம்! காந்தியடிகள் உட்பட மாநாட்டுத் தலைவர்கள் எடுத்த இம்முடிவை அண்ணல் அம்பேத்கர் ஒருவர் மட்டுமே எதிர்த்தார். இப்போது முடிவெடுக்கும் பொறுப்பு பிரிட்டிஷ் பிரதமர் ராம்சே மேக்டோனல்ட் அவர்களின் கைகளில் விடப்பட்டது!

மாநாடு முடிந்து இந்தியா திரும்பிய காந்தியடிகள் சிறையில் அடைக்கப்பட்டார். மாநாட்டின் போது எழுப்பப்பட்ட தாழ்த்தப்பட்டோருக்கான தனிவாக்காளர் தொகுதிகள் கோரிக்கையைத் *(Separate Electorate for depressed classes)* தான் கடுமையாக எதிர்த்ததைக் குறித்து நினைவுபடுத்தியும், ஒருவேளை இக்கோரிக்கையை பிரிட்டிஷ் அரசு ஒப்புக்கொண்டால், தான் அம்முடிவை எதிர்த்து உண்ணாவிரதம் இருந்து உயிர்விடுவதாக மாநாட்டில் முழங்கியதை நினைவுகூர்ந்தும் சர் சாமுவேல் ஹோர் (இந்திய அரசுக்கான பிரிட்டிஷ் செயலர்- Secretary of state for India) அவர்களுக்குச் சிறையிலிருந்தே ஒரு கடிதம் எழுதினார் காந்தியடிகள். தான் உண்ணாவிரதம் இருந்து உயிர் துறப்பதும், துறக்காததும் பிரிட்டிஷ் அரசு எடுக்கப்போகும் முடிவில்தான் இருக்கிறது என்பதையும் அக்கடிதத்தில் தெரிவித்திருந்தார் காந்தியடிகள்.

அதாவது, தன்னுடைய உண்ணாவிரதத்தைக் காட்டி, பிரிட்டிஷ் அரசைப் பயமுறுத்த விரும்பினார் காந்தியடிகள். பிரிட்டிஷ் அரசு பயந்தால் தாழ்த்தப்பட்டோருக்கான தனிவாக்காளர் தொகுதிகள் கோரிக்கையைப் பரிசீலிக்காது என்றும் கணக்குப் போட்டிருந்தார் காந்தியடிகள்.

காந்தியாரின் இவ்வினைக்கு, பிரிட்டிஷ் அரசின் எதிர்வினை என்ன?

பூனா ஒப்பந்தப் பரிதாபங்கள்—பாகம் 1

காந்தியடிகளின் கடிதத்திற்குப் பதிலளித்த சர் சாமுவேல் ஹோர், மிகவும் முக்கியமான இப்பிரச்சனையில் காந்தியடிகளின் கருத்தைப்போலவே அனைவரின் கருத்துகளையும் கேட்டறிந்த பின்னரே பிரிட்டிஷ் அரசு முடிவெடுக்கும் என்பதையும், அதுவரையில் காந்தியடிகள் பதட்டப்பட வேண்டாமென்றும் தெரிவித்திருந்தார். அதாவது, காந்தியடிகளின் கருத்தையொட்டியே முடிவெடுக்கப்படுமென்று எங்குமே அவர் குறிப்பிட்டிருக்கவில்லை. காந்தியடிகளின் கருத்தையும் கவனத்தில் வைத்துக்கொண்டே முடிவெடுக்கப்படுமென்றுதான் குறிப்பிட்டிருந்தார். இப்பதிலைக் கண்ட காந்தியடிகள், தன்னுடைய எண்ணம் பலித்துவிடுமென்ற நினைப்புடன் பூனாவின் எரவாடா சிறையினில் காலங்கழித்தார்.

இங்கு ஒன்றை நினைவுகூர வேண்டும். என்னதான் பிரிட்டிஷ் அரசைத் தன்னுடைய உண்ணாவிரதத்தைக் காட்டி பயமுறுத்தியதாக காந்தியடிகள் எண்ணியிருந்தார் என்றாலும், முடிவெடுக்கும் பொறுப்பை பிரிட்டிஷாரிடமே விட்டிருந்தார் காந்தியடிகள். அதாவது, வட்டமேஜை மாநாட்டில் காந்தியடிகளால் தன்னுடைய நிலைப்பாட்டை அமுலுக்குக் கொண்டுவர இயலவில்லை. அண்ணல் அம்பேத்கர் உள்ளிட்ட பல தலைவர்கள் முன்மொழிந்த தீர்வுகளைக் காந்தியடிகள் ஏற்காமல்

எதிர்த்தார். காந்தியடிகளின் தீர்மானங்களைப் பிற தலைவர்கள் ஏற்கவில்லை. இந்த deadlock சூழலில் பிரிட்டிஷாரின் பாதங்களில் சரணடைந்தனர் தலைவர்கள், அண்ணல் அம்பேத்கரைத் தவிர. முடிவெடுக்கும் அதிகாரத்தைப் பிரிட்டிஷாருக்குத் தாரைவார்த்துவிட்டு, பிறகு தன்னுடைய நிலைப்பாட்டின்படியே பிரிட்டிஷார் முடிவை அறிவிக்கவேண்டுமென்றும், இல்லையெனில் தான் உண்ணாவிரதம் இருந்து உயிர்நீக்கப் போவதாகவும் காந்தியடிகள் கூறியது எந்தவிதத்தில் நியாயமோ தெரியவில்லை.

ஆகஸ்ட் 1932இல் பிரிட்டிஷ் பிரதமர் தன்னுடைய முடிவை அறிவித்தார். முடிவைக் கேட்ட அம்பேத்கர் தலைநிமிர்ந்து உட்கார்ந்தார். காந்தியடிகள் தன்னுடைய தந்திரத்தனத்தைக் காட்டத் துவங்கினார்.

பூனா ஒப்பந்தப் பரிதாபங்கள் – பாகம் 2

பிரிட்டிஷ் பிரதமர் ராம்சே மெக்டொனால்டு, இந்தியாவின் ஆட்சிமுறை குறித்த தன் அரசாங்கத்தின் முடிவை ஆகஸ்டு 1932இல் அறிவித்தார். 'Communal Award' என்றழைக்கப்பட்ட இம்முடிவு, வரலாற்றிலேயே முதன்முறையாகத் தாழ்த்தப்பட்டோருக்கான 'தனி வாக்காளர்' முறையை அறிவித்தது. தாழ்த்தப்பட்டோரின் இடைவிடாத போராட்டங்களுக்குக் கிடைத்த ஆகச்சிறந்த வெற்றியாக இதைக் கருதலாம்.

'தனி வாக்காளர் முறை' என்றால் என்னவென்று முதலில் பார்க்கலாம். தேர்தலில் ஒரு தொகுதியில் பல்வேறு வேட்பாளர்கள் நிற்கக்கூடும். அவர்களைத் தேர்ந்தெடுக்கும் வாக்காளர்கள் அனைவருக்கும் 'ஒரு நபர்-ஒரு ஓட்டு' என்ற கருத்தின் அடிப்படையில் ஓட்டளிக்கும் உரிமை உண்டு. இதில் சாதி,மத,பால்,இன,கல்வி,பொருளாதார வேறுபாடுகள் கிடையவே கிடையாது. இதுதான் இன்றைய நடைமுறை. இந்த நடைமுறையில் சற்று வித்தியாசமாகத் தாழ்த்தப்பட்டோரைத் தேர்ந்தெடுக்கும் உரிமையைத் தாழ்த்தப்பட்டோருக்கு மட்டுமே அளித்தால், அதுதான் 'தனி வாக்காளர் முறை'. அதாவது, தாழ்த்தப்பட்டோருக்குத் தரப்பட்ட இந்த விசேஷ உரிமையைப் பயன்படுத்தி, ஓட்டளிக்கின்ற தகுதியுடைய தாழ்த்தப்பட்டோர் மட்டுமே

ஒன்றிணைந்து ஆட்சிமன்றத்திற்குத் தங்களுடைய பிரதிநிதிகளை அனுப்பி வைக்கின்ற முறைதான் "தனி வாக்காளர் முறை".

இந்த முடிவு நடைமுறைக்கு வந்தால் தாழ்த்தப்பட்டோருக்கு என்ன நன்மைகள்?

பெரும்பாலான தொகுதிகளில் தாழ்த்தப்பட்டோரின் எண்ணிக்கை கணிசமான அளவில் இருந்தாலும், வேட்பாளரின் வெற்றியைத் தீர்மானிக்கும் சக்தியாக அவர்கள் இருந்ததில்லை. எனவே, ஒட்டுமொத்த தாழ்த்தப்பட்ட இனமும் ஒரு தொகுதியில் ஒருவருக்குச் சாதகமாக ஓட்டளித்தாலும், பெரும்பான்மை சாதி இந்துக்களின் ஆதரவு பெற்ற வேட்பாளரே வெற்றியடைவார். தாழ்த்தப்பட்டோரின் விருப்பம் இதனால் நசுக்கப்படுகிறது. தாழ்த்தப்பட்டோர் ஒன்றுசேர்ந்து தம்முடைய பிரதிநிதியாகத் தாழ்த்தப்பட்ட ஒருவரைத் தேர்ந்தெடுக்கும் 'தனி வாக்காளர்' முறையில் மேற்சொன்ன பாதிப்புகளில்லை.

பெரும்பாலான தொகுதிகளில் தாழ்த்தப்பட்டோர் வேட்பாளராக நிறுத்தப்படும் வாய்ப்பு மிகக்குறைவு. தாழ்த்தப்பட்டோர் ஒன்றிணைந்து ஒரு தொகுதியில் தாழ்த்தப்பட்ட ஒருவரை வேட்பாளராக நிறுத்தினாலும், சாதி இந்துக்கள் அவருக்கு வாக்களிப்பார்களா என்பது கேள்விக்குறி. இதனால், ஆட்சிமன்றத்தில் தாழ்த்தப்பட்டோருக்கான பிரதிநிதித்துவம் போதுமான அளவில் ஏற்படாமல் போகவும் வாய்ப்பிருக்கிறது. இக்குறையைத் 'தனி வாக்காளர்' முறை களைகிறது.

எந்த நோக்கில் பார்த்தாலும் தாழ்த்தப்பட்டோருக்கு இந்த முறையில் நன்மையே கிடைக்கிறது அல்லவா! எனவே, பிரிட்டிஷ் அரசாங்கத்தின் இம்முடிவை அண்ணல் அம்பேத்கர் வரவேற்றார்! ஆண்டாண்டு காலமாக இருளில் கிடந்தவர்களுக்குக் கிடைத்த வெளிச்சக்கீற்றாக அண்ணல் அம்பேத்கர் இம்முறையைக் கண்டார். ஆனால், பிரிட்டிஷ் அரசின் இம்முடிவைக் காந்தியடிகள் தீவிரமாக எதிர்த்தார்.

வட்டமேஜை மாநாடுகளின் முடிவில், இறுதித்தீர்வை எடுக்கின்ற உரிமையைப் பிரிட்டிஷ் அரசாங்கத்திற்கு மாநாடு அளித்ததை எதிர்த்த அண்ணல் அம்பேத்கர், பிரிட்டிஷ் அரசாங்கம் அறிவித்த இம்முடிவை ஏற்றுக்கொண்டதும், இறுதித்தீர்வை எடுக்கின்ற உரிமையைப் பிரிட்டிஷ் அரசாங்கத்திற்கு மாநாடு அளித்ததை ஒப்புக்கொண்ட காந்தியடிகள், பிரிட்டிஷ் அரசாங்கம் அறிவித்த இம்முடிவை எதிர்த்ததும் மிகச்சரியான முரண்கள்.

பூனா ஒப்பந்தப் பரிதாபங்கள் – பாகம் 3

ராம்சே மெக்டொனால்டு அறிவித்த 'Communal Award'இல் தாழ்த்தப்பட்டோருக்கான 'தனி வாக்காளர்' முறையைக் காந்தியடிகள் எவ்வாறு எதிர்த்தார்? முதலில் கடிதம் மூலமாக, பிறகு அவர் முன்னர் கூறியவாறே உண்ணாவிரதம்!

காந்தியடிகள் இம்முடிவை எதிர்க்கக் காரணம் என்ன? தாழ்த்தப்பட்டோருக்கான தனி வாக்காளர் முறையை அமுலுக்குக் கொண்டுவந்தால், இந்து மதத்திலிருந்து தாழ்த்தப்பட்டோர் பிரிந்துவிடுவர். இது இந்து மதத்தை அழிக்கின்ற செயலாகும் என்பது காந்தியடிகளின் ஆய்ந்தறிந்த முடிவு! இம்முடிவுக்கு 'மானே! தேனே! பொன்மானே!' போட்டுக்கொள்ளும் பொருட்டு உபகாரணமாகக் காந்தியடிகள் கருதியவை: பாவம் செய்த சாதி இந்துக்கள், தவம் செய்து திருந்தி வாழ இம்முறை வழிவகை செய்யவில்லை- எனவே இம்முறை தவறானது!

காந்தியடிகளின் காரணங்கள் சரியானவையா? பிரிட்டிஷ் அரசாங்கத்தின் இம்முடிவை எதிர்த்தும், தன்னுடைய நிலைப்பாட்டை விளக்கியும் காந்தியடிகள் இராம்சே மெக்டோனல்டுக்கு கடிதம் எழுதினார். அக்கடிதத்திற்கான பதில் கடிதத்தில், காந்தியடிகள் கூறிய காரணங்கள் எத்தனை அபத்தமானவை என்பதைத் தெளிவாக விளக்கினார் ராம்சே:

'தனிப்பட்ட வாக்காளர்' முறையின்படி, தாழ்த்தப்பட்டோருக்கு

ஒரு வாக்குரிமை மட்டும்தானா என்றால், இல்லை! அவர்களுக்கு இரண்டு வாக்குரிமைகள் அளிக்கப்பட்டிருந்தன- தனி வாக்குரிமையின் மூலமாகத் தம் இனத்தவருள் ஒருவரைத் தேர்ந்தெடுக்கும் உரிமை; இஃதன்றி, பொது வாக்குரிமையின் மூலமாகத் தொகுதியில் நிற்கின்ற எந்தவொரு வேட்பாளருக்கும் வாக்களிக்கும் உரிமை! ஒருவேளை, தாழ்த்தப்பட்டோருக்குப் பொது வாக்குரிமை அளிக்கப்படாமல், தனி வாக்குரிமை மட்டுமே அளிக்கப்பட்டிருந்தால், காந்தியடிகள் பயந்ததைப் போலத் தாழ்த்தப்பட்டோர் நாளடைவில் பொது சமுதாயத்திலிருந்து பிரிந்து தனியொருகுழுவாக ஆகி, அதன் விளைவாக இந்து மதத்திலிருந்து விலகிச்செல்லும் நிலை ஏற்பட்டிருக்கலாம். அப்படி இல்லாமல், தாழ்த்தப்பட்டோருக்குப் பொது வாக்குரிமையும் அளிக்கப்பட்டிருப்பதால், பொது சமுதாயத்தை விட்டு, தாழ்த்தப்பட்டோர் தனியொரு குழுவாகச் செயல்படும் நிலைமைக்கு இடமில்லை. எனவே, நாளடைவில் அவர்கள் இந்து மதத்தை விட்டுப் பிரிந்துசெல்லும் நிலைமையும் ஏற்படாது! ஆக, காந்தியடிகள் கூறிய முதல் காரணம் தவறு. உபகாரணம்? முதற்காரணமே தவறென்றால் உபகாரணமும் தவறில்லாமல் வேறென்ன?

மேலும், தாழ்த்தப்பட்டோருக்கான இச்சிறப்பு ஏற்பாடு, இருபது வருடங்களுக்கு மட்டுமே நிலுவையில் இருக்கும் என்ற அறிவிப்பும் குறிப்பிடத்தக்கது. அதாவது, இதுவொரு தற்காலிக ஏற்பாடே! இந்த ஏற்பாட்டைக் கூட காந்தியடிகளால் ஏற்றுக்கொள்ள முடியவில்லை!

இஸ்லாமியருக்கு அறிவிக்கப்பட்ட தனிப்பட்ட வாக்காளர் முறையையும், தாழ்த்தப்பட்டோருக்கு அறிவிக்கப்பட்ட தனிப்பட்ட வாக்காளர் முறையையும் ஒப்பிட்டு விளக்கிய ராம்சே மெக்டோனால்டு, இஸ்லாமியப் பொதுமக்களின் எண்ணிக்கையின் அடிப்படையில் தனிப்பட்ட வாக்காளர் முறைக்கான தொகுதிகள் அவர்களுக்கு ஒதுக்கப்பட்டிருப்பதாகவும், ஆனால் தாழ்த்தப்பட்டோருக்கு அவ்விதமாக ஒதுக்கப்படவில்லை என்றும் கூறியிருந்தார். சுருங்கச் சொன்னால், இஸ்லாமியருக்கு அள்ளிக்கொடுத்திருந்த பிரிட்டிஷார், தாழ்த்தப்பட்டோருக்குக் கிள்ளிக் கொடுத்திருந்தனர் என்பதை பிரிட்டிஷ் பிரதமரே ஒப்புக்கொண்டிருந்தார்.

இருப்பினும் கூட, காந்தியடிகள் தாழ்த்தப்பட்டோருக்குத் தரப்பட்ட இச்சிறப்புச் சலுகையை எதிர்த்தார்.

பூனா ஒப்பந்தப் பரிதாபங்கள்– பாகம் 4

என்ன சமாதானம் சொல்லப்பட்டும், தாழ்த்தப்பட்டோருக்கு அளிக்கப்பட்ட தனிப்பட்ட வாக்காளர் முறையை காந்தியடிகளால் ஏற்றுக்கொள்ள முடியவில்லை. தான் வட்டமேஜை மாநாட்டில் முன்னமேயே கூறியதன்படியும், சர் சாமுவேல் ஹோரிடம் கடிதத்தில் ஏற்கனவே குறிப்பிட்டிருந்ததன்படியும் பிரிட்டிஷ் அரசாங்கத்தின் இம்முடிவை எதிர்த்து உண்ணாவிரதம் இருக்கப்போவதாக அறிவித்துவிட்டார்.

காந்தியடிகளின் இம்முடிவைத் தெரிந்துகொண்ட பிரிட்டிஷ் அரசாங்கம், பயந்து பின்வாங்கியதா என்றால், இல்லை! தன்னுடைய முடிவிற்குக் காரணமானவற்றைப் பட்டியலிட்ட பிரிட்டிஷ் பிரதமர் ராம்சே மெக்டொனால்டு, காந்தியடிகள் எடுத்த முடிவு துரதிருஷ்டவசமானது என்றும், எனினும் இம்முடிவைப் பின்வாங்கமுடியாதென்றும் கூறினார். அதே சமயத்தில், இதுகுறித்த ஒற்றுமையான முடிவை இந்தியர்கள் முன்வைத்தால் அதைப் பிரிட்டிஷ் அரசாங்கம் ஏற்றுக்கொண்டு அமுல்படுத்துமென்றும் கூறிவிட்டார். இதன் பொருள், இம்முடிவில் ஏதேனும் மாறுதலைத் தாழ்த்தப்பட்டோர் ஒப்புக்கொண்டால், அது ஏற்கப்படும் என்பதே! தாழ்த்தப்பட்டோரின் தலைமைப் பிரதிநிதி யார்?

அனைத்து காங்கிரஸ் தலைவர்களும் அண்ணல் அம்பேத்கரைச் சந்திக்கத் துவங்கினர். உண்ணாவிரதம் இருந்துவரும் காந்தியடிகளின் உயிரைக் காப்பாற்றவேண்டிய பொறுப்பு அண்ணல் அம்பேத்கரின் கைகளில் மட்டுமே உள்ளதென்று கூறி, அண்ணல் அம்பேத்கருக்குத் தாங்கமுடியாத அழுத்தம் தரப்பட்டது.

இந்த இடத்தில் ஒன்றை நினைவுகூர வேண்டும். இரண்டாம் வட்டமேஜை மாநாட்டில் கலந்துகொண்டு பேசிய காந்தியடிகள், அந்த மாநாட்டில் பங்கேற்க வந்திருந்த பலர் தத்தம் இனங்களின் பிரதிநிதிகளென்று பொய்யாகத் தமக்குத்தாமே பிரகடனம் செய்துகொண்டவர்களென்றும், அது கள நிலவரம் இல்லையென்றும் முழங்கினார். மறைமுகமாக யாரைத் தாக்குகிறார் காந்தியடிகள் என்பது புரிகிறதா? மறைமுகமாக என்ன? ஒருகட்டத்தில் நேரிடையாகவே கூறினார்! தாமே தாழ்த்தப்பட்டோரின் உண்மையான பிரதிநிதியென்றும், இதுகுறித்த ஒரு வாக்கெடுப்பை இந்தியாவில் நடத்தினால், தனக்கே பெருவெற்றியென்றும் காந்தியடிகள் மார்தட்டிக் கொண்டார்.

ஒருவேளை இது உண்மையென்று வைத்துக்கொண்டால், இந்த உண்ணாவிரதத்தை நிறுத்தமட்டும் அண்ணல் அம்பேத்கரின் தயவை காங்கிரசார் ஏன் நாடவேண்டும்? காந்தியடிகள்தான் தாழ்த்தப்பட்டோரின் உண்மையான பிரதிநிதியாயிற்றே! அவர் கூறினால் ஒட்டுமொத்த தாழ்த்தப்பட்ட இனமும் கேட்டிருக்குமே! காந்தியடிகளின் கட்டளைக்குக் கீழ்ப்படிந்து, தம் இனத்தவருக்குத் தனிப்பட்ட வாக்காளர் முறையே தேவையில்லை என்றும் அவ்வினம் கூறியிருக்குமே! இவை எதுவுமே ஏன் நடக்கவில்லை? இதுதான் தாழ்த்தப்பட்டோரிடம் காந்தியடிகளுக்கிருந்த செல்வாக்கு!

‘கேட்டினும் உண்டோர் உறுதி’ என்ற குறளுக்கேற்ப, இந்த இக்கட்டான சூழலிலும் என்ன நன்மையென்றால், தாழ்த்தப்பட்டோரின் உண்மையான பிரதிநிதி யாரென்பதை உலகம் கண்டுகொண்டது என்பதே!

அண்ணல் அம்பேத்கர் இச்சூழலை எப்படி எதிர்கொண்டார்?

பூனா ஒப்பந்தப் பரிதாபங்கள் — பாகம் 5

காந்தியடிகளின் உண்ணாவிரதம் குறித்து காங்கிரசார் மிகவும் பதட்டமடைந்தனர். அனைவரும் அண்ணல் அம்பேத்கருக்கு அழுத்தம் தரத்துவங்கினர். அப்போது அண்ணலின் மனநிலை எப்படி இருந்தது? அண்ணலின் வார்த்தைகளிலேயே பார்ப்போம்: (டாக்டர் பாபாசாகேப் அம்பேத்கர் எழுத்துகளும் சொற்பொழிவுகளும்- ஆங்கில மொழியில்- ஐந்தாம் தொகுதி- பக்கம் 341- 2020ஆம் பதிப்பு)

"அது ஒரு குழப்பமான சூழலாக இருந்தது. இரண்டு வெவ்வேறு பாதைகளுக்குள்ளே நான் ஏதேனும் ஒன்றைத் தேர்வு செய்ய வேண்டியிருந்தது. மனிதநேயத்தின்படி, காந்தியை மரணத்திலிருந்து காப்பாற்றும் கடமை எனக்கிருந்தது. அதே சமயம், தாழ்த்தப்பட்டவர்களுக்குப் பிரிட்டிஷ் அரசாங்கம் வழங்கிய அரசியல் உரிமைகளைக் காப்பாற்றும் கடமையும் எனக்கிருந்தது. மனித நேயத்தின் அழைப்புக்கு நான் பதிலளித்து, திரு.காந்திக்கு திருப்தி அளிக்கும் வகையில் வகுப்புவாத விருதை (Communal Award) மாற்ற ஒப்புக்கொண்டு, திரு.காந்தியின் உயிரைக் காப்பாற்றினேன். இந்த ஒப்பந்தம் பூனா ஒப்பந்தம் என்று அழைக்கப்படுகிறது!"

பூனா ஒப்பந்தத்தின் முக்கிய அம்சங்கள் என்னென்ன?

பிரிட்டிஷார் அளித்த தனிப்பட்ட வாக்காளர் முறையைத் தாழ்த்தப்பட்டோர் ஏற்றுக்கொள்ளவில்லை.

தனிப்பட்ட வாக்காளர் முறைக்குப் பதிலாக, சட்டமன்ற மற்றும் நாடாளுமன்றத் தொகுதிகளில், தாழ்த்தப்பட்டோருக்கெனத் தனியிடங்கள் ஒதுக்கப்படும். அதாவது, தாழ்த்தப்பட்டவர்களுக்கென்று ஒதுக்கீடு செய்யப்பட்ட தொகுதிகளில் நிறுத்தப்படும் வேட்பாளர்கள் அனைவரும் தாழ்த்தப்பட்ட இனத்தைச் சேர்ந்தவர்களாகவே இருப்பர், இவர்களுள் ஒருவரை மக்கள் அனைவரும் ஒன்றுகூடித் தேர்ந்தெடுப்பர். (இந்த நடைமுறையே இன்றுவரை அமுலில் உள்ளது)

அன்றைய இந்தியாவிலுள்ள எட்டு மாகாணங்களில் (மதராஸ், பம்பாய்- சிந்து, பஞ்சாப், பீகார்- ஒரிசா, மத்திய மாகாணம், அசாம், வங்காளம் மற்றும் ஐக்கிய மாகாணம்) மொத்தம் 148 இடங்கள் தாழ்த்தப்பட்டோருக்கென ஒதுக்கப்பட்டது.

நாடாளுமன்றத்தில் மொத்தமுள்ள இடங்களில் 18% தாழ்த்தப்பட்டோருக்கு ஒதுக்கப்பட்டது.

காந்தியடிகளும் அண்ணல் அம்பேத்கரும் கையெழுத்திட்ட "பூனா ஒப்பந்தம்" பிரிட்டிஷ் அரசாங்கத்தால் ஒப்புக்கொள்ளப்பட்டு நடைமுறைக்குக் கொண்டு வரப்பட்டது. காங்கிரசார் நிம்மதிப் பெருமூச்சு விட்டனர். காந்தியடிகள் வெற்றிப்பெருமிதம் கொண்டார்; அண்ணல் அம்பேத்கரோ மனக்குழப்பத்தில் ஆழ்ந்து கிடந்தார்!

ஒருவேளை அண்ணல் அம்பேத்கர் இச்சமாதானத்திற்கு ஒப்புக்கொள்ளாமல் போயிருந்து, அதன் விளைவாக, உண்ணாவிரதமிருந்த காந்தியடிகள் உயிரிழந்திருந்தால், தாழ்த்தப்பட்டோரின் மீது காலமெல்லாம் தீராப்பழி ஏற்பட்டிருக்கும் என்பதையும், "தேசப்பிதாவைக் காவு வாங்கிய இனம்" என்ற காங்கிரசாரின் தீரா அவப்பெயருக்குத் தாழ்த்தப்பட்ட இனம் ஆளாகியிருக்கும் என்பதையும் இங்கு நாம் நினைவில் கொள்ளவேண்டும்.

'இயேசுவைக் கொன்ற இனம்!' என்ற அவப்பெயரின் காரணமாகவே, பின்னாளில் கிறிஸ்தவர்களால் யூதர்கள் தேடித்தேடிக் கொல்லப்பட்டனர் என்பது வரலாறு! காந்தியாரை இயேசுவோடு ஒப்பிட்டுச் சில காங்கிரசார் பேசியதையும் நாம் நினைவுகூரவேண்டும். இவ்விரண்டு நிகழ்வுகளையும் கொண்டுகூட்டிப் பொருளறிந்தால்தான்,

அண்ணல் அம்பேத்கர் எடுத்த இம்முடிவின் அருமையை நாம் புரிந்துகொள்ளமுடியும்.

காந்தியாரின் உயிரைக் காப்பாற்றி, தாழ்த்தப்பட்டோருக்கு வரவிருந்த தீமையைக் காப்பாற்றினார் அண்ணல் அம்பேத்கர் என்று கருதலாம். அதே சமயத்தில், ஆண்டாண்டு காலமாகத் தாழ்த்தப்பட்டே கிடந்த இனத்திற்கு முதன்முதலாகக் கிடைத்த நம்பிக்கையை, காந்தியாரின் உண்ணாவிரத அழுத்தம் காரணமாக அண்ணல் அம்பேத்கர் தாரைவார்த்துவிட்டார் என்றும் கருதலாம்! இதே குழப்பத்தில்தான் அம்பேத்கர் தவித்தார். 'காப்பாற்றினேனா? அல்லது கலைத்துவிட்டேனா?'

இதற்குத்தானே ஆசைப்பட்டீர் காந்தியடிகளே?

பூனா ஒப்பந்தம் அமலுக்கு வந்தது. அது தாழ்த்தப்பட்டோருக்கு நன்மையை விளைவித்ததா? ஆட்சிமன்றங்களில் தாழ்த்தப்பட்டோருக்கான குறைந்தபட்ச பிரதிநிதித்துவத்தை அது சாத்தியப்படுத்தியது. மாகாணங்களின் மொத்தமுள்ள தொகுதிகளில் 148 (பின்னாளில் 151) இடங்களைத் தாழ்த்தப்பட்டோருக்கு இந்த ஒப்பந்தம் ஒதுக்கியதால், குறைந்தபட்சமாக 151 தலித் உறுப்பினர்கள் ஆட்சிமன்றங்களில் அமரும் உரிமை இதன் மூலம் உறுதிசெய்யப்பட்டது. ஆனால் இந்த உரிமைக்காகத் தாழ்த்தப்பட்டோர் விட்டுக்கொடுத்தது, விலைமதிப்பற்ற இரண்டாம் வாக்குரிமையை; அதாவது தனிப்பட்ட வாக்காளர்முறையை.

இந்த இடத்தில் ஒரு கேள்வி எழலாம். தனிப்பட்ட வாக்காளர் முறையிலும் தாழ்த்தப்பட்ட உறுப்பினர்களே தேர்ந்தெடுக்கப்படப் போகிறார்கள். பூனா ஒப்பந்தத்தின்படியும் குறைந்தபட்சமாக 151 தலித் வேட்பாளர்களே தேர்வுசெய்யப்படப் போகிறார்கள். எனவே, பூனா ஒப்பந்தம் தாழ்த்தப்பட்டோருக்கு நன்மையைத்தானே செய்திருக்கிறது என்ற கேள்வியே அது! இதற்கான விளக்கத்தை அண்ணல் அம்பேத்கர் ஓர் எடுத்துக்காட்டின் மூலமாக விளக்குகிறார்.

பூனா ஒப்பந்தம் நடைமுறைக்கு வந்ததும் நடத்தப்பட்ட 1937 மாகாணத் தேர்தல்களில் காங்கிரஸ் இயக்கம் பெருவெற்றி பெற்றது.

தாழ்த்தப்பட்டோருக்கு ஒதுக்கப்பட்ட 151 இடங்களில், காங்கிரசு இயக்கம் 78 இடங்களைக் கைப்பற்றியது. அதாவது, காங்கிரசு இயக்கத்தின் சார்பில் குறைந்தபட்சம் 78 தலித் வேட்பாளர்கள் வெற்றிபெற்றிருந்தனர். நல்ல முடிவுதானே இது என்கிறீர்களா? இங்கேதான் உள்ளது சூட்சுமம்.

என்னதான் தலித் வேட்பாளர்களைக் காங்கிரஸ் இயக்கம் ஆட்சிமன்ற உறுப்பினர்களாக ஆக்கியிருந்தாலும், அத்தகைய உறுப்பினர்களுக்குத் தன்னிச்சையாக முடிவெடுக்கும் அதிகாரம் இருந்ததா என்றால், இல்லை! கட்சி எடுக்கும் முடிவுகளுக்கேற்ப ஆடுகின்ற கைப்பாவைகளாகவே இவர்கள் இருந்துவந்தனர் என்பதை எடுத்துக்காட்டுகிறார் அண்ணல் அம்பேத்கர்.

அன்றைய மதராஸ் மாகாணத்தில், ராவ் பகதூர் ராஜா என்ற உறுப்பினர் ஒரு மசோதாவைக் கொண்டுவந்தார்- மதராஸ் மாகாணத்திலுள்ள இந்துக்களின் கோயில்களில் தாழ்த்தப்பட்டோர் நுழைந்திட வழிவகை செய்யும் மசோதா அது! மாகாணத்தின் ஆளுங்கட்சியான காங்கிரசு, இம்மசோதாவை ஆதரிப்பதாக முதலில் கூறியது. பிறகு தன் முடிவை மாற்றிக்கொண்ட காங்கிரசு, மசோதாவை எதிர்த்து வாக்களித்தது. இதுகுறித்து காங்கிரஸ் இயக்கத்தைச் சேர்ந்த தலித் உறுப்பினர்கள் என்ன முடிவெடுத்திருக்க முடியும்? காங்கிரஸ் இயக்கத்தின் சட்டமன்றக் கொறடா, மசோதாவிற்கெதிராக வாக்களிக்க, காங்கிரசின் தலித் உறுப்பினர்கள் கையறு நிலையில் இருந்தனர். அதாவது, கோயில்களில் தாழ்த்தப்பட்டோர் நுழைந்திட வழிவகை செய்யும் மசோதாவிற்கெதிராகத் தன்னுடைய கட்சியைச் சேர்ந்த தாழ்த்தப்பட்ட உறுப்பினர்களே வாக்களிக்கும்படி காங்கிரஸ் பார்த்துக்கொண்டது. இச்சம்பவத்தை விளக்கிய அண்ணல் அம்பேத்கர், பூனா ஒப்பந்தத்தின் விளைவால் தாழ்த்தப்பட்டோருக்கு இடங்களை ஒதுக்கீடு செய்ததன் மூலம் தலித் இனத்திற்குக் கிடைத்த "நன்மை" இதுவே என்று சுட்டிக்காட்டுகிறார்.

நடிகர் கவுண்டமணி அவர்களின் நகைச்சுவை வசனமொன்று இந்த இடத்தில் நினைவிற்கு வருகிறது- 'ஈயம் பூசின மாதிரியும் இருக்கணும்; பூசாத மாதிரியும் இருக்கணும்!' துரதிருஷ்டவசமாக, தலித் மக்களுக்கான உரிமைகளின் விஷயத்தில் காங்கிரசின் (குறிப்பாகக் காந்தியடிகளின்) கொள்கை இதுவே! தாழ்த்தப்பட்டோருக்கு ஆட்சிமன்றங்களில்

இடமளிக்க வழிவகை செய்யும் விதமாக, அண்ணல் அம்பேத்கருக்கு அதீத அழுத்தமளித்துப் பூனா ஒப்பந்தம் கண்டு, ஈயம் பூசினாற்போலக் காட்டியாயிற்று. அதே சமயத்தில், பெருவாரியாகத் தேர்ந்தெடுக்கப்பட்ட காங்கிரசு இயக்க தலித் உறுப்பினர்களின் நாவுகளைப் பூட்டி, தலித் மக்களுக்குப் பெயரளவில் நன்மை கிடைக்கும்படியும், பெருமளவில் நன்மை கிடைக்காதபடியும் ஈயம் பூசாதபடி பார்த்துக் கொண்டாகிவிட்டது.

காந்தியடிகளிடம் ஜாக்கிரதை!

'காங்கிரஸ் கட்சியினரும் காந்தியடிகளும் தாழ்த்தப்பட்டோருக்கு என்ன செய்தனர்?' (*'What Congress and Gandhi have done to the untouchables?'*) என்ற புத்தகத்தின் முன்னுரையிலேயே, அப்புத்தகத்தை ஆராய்ந்து அடையக்கூடிய முடிவை அண்ணல் அம்பேத்கர் அவர்கள் தெரிவித்து விடுகிறார். "காந்தியடிகளிடம் ஜாக்கிரதை!" (*'Beware of Mr.Gandhi!'*) என்பதே அது!

காந்தியடிகளின் மீது விருப்பம்கொண்ட அவரின் தொண்டர்களோ, காங்கிரஸ் கட்சியினரோ அல்லது பொதுமக்களோ இப்புத்தகத்தின் உள்ளடக்கத்தினால் எரிச்சலுற்றால் என்ன செய்வது என்ற கேள்விக்குப் பதிலளிக்கும் அண்ணல் அம்பேத்கர், அவர்கள் அவ்வாறு எரிச்சலுறாமல் இத்தகைய முடிவுக்கு (*'Beware of Mr.Gandhi!'*) ஏன் தாம் வரநேரிட்டது என்பதை ஆராய்ந்து யோசிக்கவேண்டுமென்று கூறியிருக்கிறார். அவ்வாறு ஆராய முற்படாமல், தம்மை வசைபாடுபவர்கள் குறித்து அண்ணல் அம்பேத்கர் ஓர் ஆங்கில சொலவடையைக் கூறிச் செல்கிறார். *'The caravan must pass on, though the dogs bark!'*

உள்ளது உள்ளபடி பதிவு செய்வதே தம்முடைய நோக்கமும், கடமையும் என்பதை இப்புத்தகத்தில் விளக்கும் அண்ணல் அம்பேத்கர், அவ்வாறு எழுதுவது குறித்து ஃபிரெஞ்சுப் புரட்சிக்கு வித்திட்ட வால்டேரின்

சொற்களை மேற்கோள் காட்டுகிறார்- *"Who writes the history of his own time must expect to be attacked for everything he has said, and for everything he has not said: but these little drawbacks should not discourage a man who loves truth and liberty, expects nothing, fears nothing, asks nothing and limits his ambition to the cultivation of letters."*

காந்தியடிகளின் கணிப்பு

அண்ணல் அம்பேத்கருக்கும் காந்தியடிகளுக்குமிடையேயான முதல் சந்திப்பு 1931ஆம் ஆண்டு நிகழ்ந்தது. காங்கிரஸ் புறக்கணித்த முதலாம் வட்டமேஜை மாநாட்டில் (1930) அண்ணல் கலந்துகொண்டு நிகழ்த்திய உரையினால் விளைந்த அதிர்வலை, காந்தியடிகளுக்குச் சற்றே கலவரம் ஏற்படுத்தியிருக்க வேண்டும்!

ஆகஸ்ட் 14ஆம் தேதி நிகழ்ந்த அச்சந்திப்பில் காந்தியடிகளின் தன்முனைப்பை அண்ணல் நேரடியாகவே தாக்கிவிட்டார் என்றே சொல்லவேண்டும். காந்தியடிகள் அச்சந்திப்பில் அண்ணலிடம் தெரிவித்தவை இதனை நிரூபிக்கின்றன:

"தாழ்த்தப்பட்டோர் பிரச்சனை குறித்து நீங்கள் பிறப்பதற்கு முன்பிருந்தே நான் சிந்தித்து வைத்திருக்கிறேன்."

"தாழ்த்தப்பட்டோர் முன்னேற்றம் குறித்து காங்கிரஸ் இயக்கம் இதுவரையில் இருபது லட்சம் ரூபாய் செலவழித்துள்ளது. இந்நிலையில், நீங்கள் எங்களுக்கு எதிராக இருப்பது வியப்பளிக்கிறது."

"இஸ்லாமியருக்கும், சீக்கியருக்கும் தனி வாக்காளர் தொகுதிகள் அளிக்கப்படுவதைப்போலத் தாழ்த்தப்பட்டோருக்கும் தரப்படவேண்டும் என்னும் உங்கள் வாதத்தை என்னால் ஏற்க முடியாது."

இதையெல்லாம் விட, காந்தியடிகளின் மனப்பான்மையைத் தெளிவுபடுத்தும் விதமாக அமைந்தது ஒரு செய்தி, அண்ணலுடனான இச்சந்திப்பு முடிந்து பன்னாட்களுக்குப் பிறகும், "தாழ்த்தப்பட்டோரின் முன்னேற்றத்திற்காகப் பாடுபடும் ஒரு பார்ப்பனர்!" என்றே காந்தியடிகள் அண்ணலை எண்ணியிருந்தாராம் என்னும் செய்தியே அது!

அண்ணலின் சிந்தனைத் தெளிவு, அண்ணலின் வாதத்திறமை, அண்ணலின் ஆங்கிலப்புலமை போன்றவற்றைக் கண்ட காந்தியடிகள், அண்ணலை ஒரு பார்ப்பனர் எனக் கருதியிருந்தார் என்றால்:

தாழ்த்தப்பட்டவர்களில் எவரும் இந்த அளவுக்குப் புத்திக்கூர்மை பெற்றவர்களில்லை என்ற எண்ணம் கொண்டிருந்தார் காந்தியடிகள் எனக் கருதலாம்.

ஒருவர் புத்திக்கூர்மை உடையவராக இருந்தாரெனில் அவர் நிச்சயமாகப் பார்ப்பனராகவே இருக்கவேண்டும் என்ற எண்ணம் கொண்டவர் காந்தியடிகள் எனவும் கருதலாம்.

எப்படிப் பார்த்தாலும், தாழ்த்தப்பட்டோரின் மீதான ஒரு தாழ்ச்சிப்பார்வையோ அல்லது பார்ப்பனர் மீதான ஓர் உயர்ந்த பார்வையோ காந்தியடிகளிடம் இருந்தது என்பது இதிலிருந்து தெளிவு.

நல்லவனே வெளியேறு!

காந்தியடிகளை முதன்முதலாகச் சந்தித்த மறுநாள் (15.08.1931), இரண்டாம் வட்டமேஜை மாநாட்டில் கலந்துகொள்ள அண்ணல் அம்பேத்கர் கப்பலில் பயணம் மேற்கொண்டார். கப்பலில் அண்ணலைச் சந்தித்தவர்களுள் ஒருவர் சர் பிரபாசங்கர் பட்டானி. அம்பேத்கர்-காந்தியடிகள் முதலாம் சந்திப்பின்போது காந்தியடிகளுடனிருந்த இவர், சந்திப்பு நிகழ்ந்து கொண்டிருக்கையில் பாதியிலேயே வெளியேறினார். தான் அவ்வாறு வெளியேறிய பிறகு, அச்சந்திப்பில் மேற்கொண்டு நிகழ்ந்தவற்றின் விபரங்கள் குறித்து அவர் அண்ணலிடம் கேட்டார். எதற்காக அவர் பாதி சந்திப்பிலேயே வெளியேறினாராம்? அவர் கூறிய பதிலைப் பார்ப்போம்:

"இந்து மதக் கோட்பாடுகளின்படி, ஒரு நல்ல மனிதரை இன்னொருவர் இழிவுபடுத்திப்பேசி அவரை எதிர்த்துக் கொண்டிருந்தால், அவ்வாறு இழிவுபடுத்துபவரின் நாக்கை வெட்ட முடியாத சூழலில், நடப்பவற்றைக் கவனித்துக் கொண்டிருப்பவர் அவ்விடத்தை விட்டு வெளியேறவேண்டும்!" இதில் குறிப்பிடப்படும் 'நல்லவர்' - காந்தியடிகள்; 'இழிவுபடுத்திப் பேசுபவர்' - அண்ணல் அம்பேத்கர்.

சர் (!) பிரபாசங்கர் பட்டானியின் இந்தத் திமிரான பேச்சுக்கு அண்ணலின் எதிர்வினை என்ன?

முகத்தில் எவ்விதச் சலனமும் காட்டாத அண்ணல், “தாங்கள் குறிப்பிட்ட மதக் கோட்பாடுகளின்படி, கடைந்தெடுத்த நயவஞ்சகருக்கும், கீழ்த்தரமான முகஸ்துதி செய்வோருக்கும் என்ன தண்டனை?” என்று எதிர்க்கேள்வி கேட்டார். மேலும், “தங்களைப் போன்ற கீழ்த்தரமான முகஸ்துதியாளர்களின் பிடியிலிருந்து காந்தியடிகள் விடுதலை பெறவேண்டும்” என்றும் கூறினார்.

மேற்கொண்டு வார்த்தைச் சண்டை முற்றுவதற்குள், காவல்துறை கமிஷனர் தலையிட்டுத் தீர்த்து வைத்தார்.

சமபந்தி போஜனம்

தாழ்த்தப்பட்டோருக்கும் சமஉரிமைகள் கிடைக்க, அவர்களின் நிலை முன்னேறிட ஆலய நுழைவுப் போராட்டம், சமபந்தி போஜனம், சாதிக்கலப்புத் திருமணம் போன்றவற்றை அரசியல் தலைவர்கள் முன்னெடுத்து நடத்திக்கொண்டிருந்த காலகட்டம் அது. அச்சூழலில் வெளியிடப்பட்ட ஒரு கருத்து:

"தேச ஒற்றுமையை வளர்ப்பதற்கு சமபந்தி போஜனம் அல்லது கலப்புத் திருமணம் அவசியமில்லை என்று நான் நம்புகிறேன். ஒன்றாக உணவருந்துவது ஒற்றுமையுணர்வை உருவாக்குகிறது என்னும் கூற்று அனுபவத்திற்கு எதிரானது. இது உண்மையாக இருந்திருந்தால், ஐரோப்பியக் கண்டத்தில் போரே மூண்டிருக்காது..."

"உணவருந்துவது என்பது இயற்கையின் அழைப்பிற்குப் பதிலளிப்பது போன்ற ஓர் அழுக்குச் செயல். இவற்றுக்கிடையேயான ஒரே வேறுபாடு என்னவென்றால், இயற்கையின் அழைப்பிற்குப் பதிலளித்த பிறகு நாம் அமைதி பெறுகிறோம்; உணவருந்திய பிறகு நமக்கு அசௌகரியம் ஏற்படுகிறது. இயற்கையின் அழைப்பிற்கு விடையளிக்கும் செயலை நாம் தனிமையில் மேற்கொள்வதைப் போல, உணவருந்தும் செயலையும் தனிமையில் செய்ய வேண்டும்."

"வைணவர்கள் மிகப் பழமையானவர்கள். வைணவக் குடும்பங்களில் பல பெண்கள், குடும்ப உறுப்பினர்களுடன் சாப்பிட மாட்டார்கள்

அல்லது பொதுவான தண்ணீர் பானையில் இருந்து தண்ணீர் குடிக்க மாட்டார்கள். இதனால் அப்பெண்கள் மீது அக்குடும்பங்களுக்கு அன்பில்லை என்றாகிவிடுமா?"

மேற்சொன்ன கருத்துகளைப் படித்துப்பார்த்தால் என்ன தோன்றுகிறது? இவையனைத்தும், சாதிப் பிரிவுகளில் மூழ்கிய சாதியத்தை ஆதரிக்கும் ஒரு கடைந்தெடுத்த பத்தாம்பசலி கூறியதாகவே இருக்கும் என்று அனுமானித்திருப்போம் அல்லவா!

மேற்சொன்னவை அனைத்தும் காந்தியடிகளின் கூற்றுக்கள்! 'நவஜீவன்' என்னும் குஜராத்தி இதழில் 1921-22 காந்தியடிகள் எழுதியவையே இவை. காந்தியடிகளின் இக்கருத்துகளை அண்ணல் அம்பேத்கர் எவ்வாறு விமர்சித்து மறுக்கிறார்?

"காந்தி எவ்வளவு ஆழமான இந்து மதவாதி என்பதை இது காட்டுகிறது. இவ்வாறு கூறியதன் மூலம், அவர் இந்துக்களில் மிகவும் பழமையானவர்களையும் விஞ்சியுள்ளார். காந்தியடிகளின் இந்த வாதம், கற்கால மனிதனின் வாதம் என்று சொன்னால் கூட போதாது. இது உண்மையில் ஒரு பைத்தியக்காரனின் வாதம்."

"சகோதரத்துவத்தைப் பேணுவதற்கான வேறு வழிகள் உள்ள இடங்களில் (வைணவக் குடும்பங்களைப் போல, குடும்ப உறவைப் பற்றிய உணர்வு இருக்கின்ற இடங்களில்) - சமபந்தி போஜனம் மற்றும் கலப்புத் திருமணம் ஆகியவற்றுக்கு அவசியமில்லை. ஆனால், ஜாதி அமைப்பில் உள்ளதைப் போல, பிணைப்புச் சக்தி இல்லாத இடத்தில், சமபந்தி போஜனம் மற்றும் கலப்புத்திருமணம் ஆகியவை முற்றிலும் அவசியம் என்பதை மறுக்க முடியாது."

காங்கிரசும் தாழ்த்தப்பட்டோரும்

‘காங்கிரசும் காந்தியடிகளும் தாழ்த்தப்பட்டோருக்கு என்ன செய்தனர்?’ (*What Congress and Gandhi have done to untouchables?*) என்னும் கேள்வியெழுப்பி அதற்கு விடையளித்த அண்ணல் அம்பேத்கர்- துவக்கப்பட்ட 1885ஆம் ஆண்டிலிருந்து, தாழ்த்தப்பட்டோரின் நலனுக்காக காங்கிரசுக் கட்சி எவற்றைச் செய்தது என்று விளக்கியுள்ளார்.

காந்தியடிகள் இந்திய அரசியலில் பங்குபெறுவதற்கு முன்பிருந்த காங்கிரஸ் (அதாவது 1918 வரையில்), ஒடுக்கப்பட்டோருக்கு எவ்வாறு குரல் தந்தது என்பது குறித்து அம்பேத்கர் விளக்கியவற்றை முதலில் காணலாம்:

காங்கிரசுக் கட்சி துவக்கப்பட்ட 1885ஆம் ஆண்டு முதலே, சமுதாய சீர்திருத்தம் குறித்த பேச்சுக்களும் கிளம்பின. M.G.இரானடே போன்ற தலைவர்கள் இதுகுறித்து முக்கியமாக வாதிட்டார்கள். இறுதியில், அரசியல் உரிமைகள் குறித்து காங்கிரஸ் இயக்கம் கவனம் செலுத்துமென்றும், சமூக சீர்திருத்தம் குறித்து இந்திய தேசிய சமூக மாநாடு (Indian National Social Conference) என்னும் அமைப்பு கவனம் செலுத்துமென்றும் தீர்மானிக்கப்பட்டது.

ஆண்டுதோறும் திசம்பர் மாதம் நடத்தப்படும் காங்கிரசுக் கட்சியின் மாநாட்டோடு இந்திய தேசிய சமூக மாநாட்டின் கூட்டமும் ஒரே

பந்தலின் கீழ் நடைபெற்று வந்தன. 1894 வரை ஒற்றுமையாக இருந்த இந்த அமைப்பில் கொஞ்சம் கொஞ்சமாக விரிசல்கள் விழத்துவங்கின. ஆண்டுதோறும் காங்கிரசுக் கட்சி மாநாடுகளுக்குத் தலைமை தாங்கிய தலைவர்கள் பலரும், சமூக சீர்திருத்தம் குறித்து கவனம் செலுத்துவதை விடவும், நாட்டின் அரசியல் உரிமைகளுக்காக குரல்கொடுப்பதே முக்கியமான பணி என்பதை ஒருமித்த குரலில் தெரிவித்தவாறே இருந்தனர்.

சமூக சீர்திருத்தம் குறித்த பேச்சுக்கள் முற்றிலும் தேவையற்றவை என்றும், அரசியல் உரிமைகள் பற்றிய கருத்தாக்கத்தில்தான் கவனம் செலுத்தவேண்டுமென்றும் கூறியோரின் எண்ணிக்கை நாளடைவில் அதிகமாயிற்று; இதன் விளைவாக 1895ஆம் ஆண்டு காங்கிரசு இயக்க மாநாட்டில் (பால கங்காதர திலகரின் வருகைக்குப் பிறகு), இந்திய தேசிய சமூக மாநாட்டிற்கு இடமில்லை என்றும், மீறி அவர்கள் குழுமினால் மாநாட்டுப் பந்தல் கிழித்தெறியப்படும் என்றும் மிரட்டல் விடுக்கப்பட்டன.

இதற்குப் பிறகு, இந்திய தேசிய சமூக மாநாடு இருந்த இடம் தெரியாமல் போனது. 1895ஆம் ஆண்டு முதல் 1916ஆம் ஆண்டு வரை காங்கிரசு இயக்க மாநாடுகளில் சமூக சீர்திருத்தம் குறித்த பேச்சுக்களே வெளிப்படவில்லை.

சமூக சீர்திருத்தம் குறித்தும், ஒடுக்கப்பட்டோரின் முன்னேற்றம் குறித்தும் இவ்வாறான எண்ணங்களையே அதுகாறும் கொண்டிருந்த காங்கிரசு இயக்கம், திடீரென்று 1917ஆம் ஆண்டு மாநாட்டில் ஒடுக்கப்பட்டோருக்கு ஆதரவாகக் குரல் கொடுத்தது. அம்மாநாட்டிற்குத் தலைமை வகித்த அன்னி பெசன்ட் அம்மையார், தாழ்த்தப்பட்டோரின் முன்னேற்றம் குறித்து அனைவரும் பாடுபடவேண்டுமென்றும், பொது இடங்களில் தாழ்த்தப்பட்டோருக்கு எவ்வித உரிமைகளும் மறுக்கப்படக்கூடாதென்றும் வலியுறுத்தினார். பிற காங்கிரசு தலைவர்களும் இதனையே வலியுறுத்திப் பேசினர்.

“இயக்கம் துவங்கி முப்பத்திரண்டு ஆண்டுகளுக்குப் பிறகு, திடீரென்று ஒடுக்கப்பட்டோரின் மீது என்ன கரிசனம் காங்கிரசுக்கு?” என்ற கேள்வியை எழுப்பிய அண்ணல் அம்பேத்கர், அதற்கான விடையையும் தருகிறார்:

முதலாம் உலகப்போர் முடிகின்ற தருவாயில், ஆகஸ்ட் 20, 1917 அன்று பிரிட்டிஷ் அரசாங்கம் ஒரு அறிவிப்பை வெளியிட்டது- இந்தியர்களுக்குப் படிப்படியாக ஆட்சி அதிகாரம் அளிக்கப்படுமென்றும், இறுதியில் பிரிட்டிஷ் பேரரசின் ஓர் அங்கமாக இந்தியர்களின் அரசமைக்க இங்கிலாந்து எண்ணம் கொண்டிருப்பதாகவும் அதில் தெரிவிக்கப்பட்டிருந்தது.

இந்த அறிவிப்பு வரப்போகிறது என்பதை முன்னமேயே ஊகித்து அறிந்துகொண்ட காங்கிரசு இயக்கம், 1916ஆம் ஆண்டு முஸ்லீம் லீக்கோடு ஓர் ஒப்பந்தம் செய்துகொண்டது. Congress-League Scheme என இந்த ஒப்பந்தம் அழைக்கப்பட்டது.

இஸ்லாமியர்களோடு ஒப்பந்தம் செய்தாயிற்று. இனி தாழ்த்தப் பட்டோரையும் அமைதிப்படுத்தினால்தானே எவ்வித இடையூறு களுமின்றி இங்கிலாந்து அளிக்கப்போவதாக வாக்குறுதி அளித்திருக்கின்ற ஆட்சி அதிகாரத்தைக் கைப்பற்ற முடியும் காங்கிரசு இயக்கத்தால்!

தாழ்த்தப்பட்டோரை எவ்வாறு அமைதிப்படுத்துவது? அவர்களுக்கு ஆதரவாகக் குரல்தந்தால் போதுமல்லவா! இதன் விளைவுதான், காங்கிரசு இயக்க வரலாற்றில் முதன்முறையாக 1917 திசம்பர் மாத மாநாட்டில் (அதாவது, பிரிட்டிஷ் அரசின் அறிவிப்பு வெளிவந்த நான்கு மாதங்களில்) காங்கிரசு இயக்கத்திற்குத் திடீர் ஞானதோயம் ஏற்பட்டு, அதன் விளைவாக எழுப்பப்பட்ட ஒடுக்கப்பட்டோருக்கான ஆதரவுக் குரல்!

காந்தியடிகளின் வருகைக்கு முன்புவரை காங்கிரசு இயக்கம் தாழ்த்தப்பட்டோருக்குச் செய்ததெல்லாம் இவ்வளவுதான் என்று பதிவிட்டுள்ளார் அண்ணல் அம்பேத்கர்.

காந்தியடிகளும் தாழ்த்தப்பட்டோரும்

காந்தியடிகள் தீவிரமாக காங்கிரஸ் இயக்கச் செயல்பாட்டிற்குள் நுழைந்த ஆண்டு 1919; மூன்றாண்டுகளில் காங்கிரசு இயக்கத்தின் போக்கையே திசைமாற்றினார் காந்தியடிகள்!

படித்தவர்கள் மட்டுமே சேருகின்ற இயக்கமாக இருந்த காங்கிரசை, பாமரருக்கும் கொண்டு சேர்த்தார். ஆங்கிலேய அரசுக்கு வேண்டுகோள் விடுப்பது, தீர்மானங்கள் நிறைவேற்றி அரசின் கவனத்தை ஈர்ப்பது என்ற அளவிலேயே தம் போராட்டத்தை நிறுத்திக்கொண்டிருந்த காங்கிரஸ் இயக்கத்திற்கு, ஒத்துழையாமை, சட்ட மறுப்பு போன்ற தீவிரமான போராட்ட முறைகளை ஏற்படுத்தித் தந்தார்.

இவ்வாறெல்லாம் காங்கிரசு இயக்கம் மற்றும் விடுதலைப் போராட்டம் ஆகிய இரண்டின் போக்கையுமே மாற்றியமைத்த காந்தியடிகள், ஒடுக்கப்பட்டோரின் முன்னேற்றத்திற்காக என்ன செய்தார் என்பதையும் அண்ணல் அம்பேத்கர் விளக்குகிறார்:

தன்னுடைய 'யங் இந்தியா'வில் 1921ஆம் ஆண்டில் எழுதிய காந்தியடிகள், "தீண்டாமை என்னும் அழுக்கை நீக்காவிடில், சுயராஜ்ஜியம் என்ற வார்த்தைக்குப் பொருளே இல்லை. சுயராஜ்ஜியத்தை அடைவதற்கான செயல்பாட்டில், தீண்டாமையை அகற்றுவதை ஒரு முக்கியமான காரணியாக நான் கருதுகிறேன்!" என்று குறிப்பிட்டார்.

1922ஆம் ஆண்டு காங்கிரசு இயக்கம் ஒரு புதிய திட்டத்தை வெளியிட்டது- 'சமூக மேம்பாட்டிற்கான ஆக்கபூர்வ திட்டம்' (Constructive Programme for Social Amelioration) எனப் பெயரிடப்பட்ட அத்திட்டத்திற்குப் பல்வேறு குறிக்கோள்கள். ஒடுக்கப்பட்டோரின் முன்னேற்றம் அவற்றுள் ஒன்று. இத்திட்டத்தைச் செயல்படுத்த பொதுமக்களிடமிருந்து 'திலக் சுயராஜ்ஜிய நிதி' (Tilak Swaraj Fund) என்னும் பெயரில் நிதி திரட்டப்பட்டது. மூன்றாண்டுகளில் திலக் சுயராஜ்ஜிய நிதியில் சேர்ந்த மொத்தத் தொகை, ரூ.ஒரு கோடியே முப்பது இலட்சம்! (நூறாண்டுகளுக்கு முன்னரே இத்துணை பெரிய தொகை!)

ஒடுக்கப்பட்டோரை முன்னேற்றுவதற்காக இந்த நிதியிலிருந்து ரூ.இரண்டு இலட்சம் ஒதுக்கப்பட்டது. இது குறித்து ஒரு குழு அமைக்கப்பட்டது. அக்குழுவின் தலைவராக திரு.தேஷ்பாண்டே என்பவரை நியமிக்க காங்கிரசு விரும்பியது. ஆனால் சுவாமி சிரத்தானந்தர் என்பவர் தேர்ந்தெடுக்கப்பட்டார்.

'தீண்டப்படாதவர்களின் முன்னேற்றத்திற்காக உண்மையாகப் பாடுபடும் தலைவர்' என்று சுவாமி சிரத்தானந்தரைப் போற்றும் அண்ணல் அம்பேத்கர், அவரின் செயல்பாடுகள் குறித்து காங்கிரசு இயக்கத்தின் விருப்பமின்மையைச் சுட்டிக்காட்டுகிறார். விளைவு? குழு அமைக்கப்பட்ட சிறிது நாட்களிலேயே சுவாமி சிரத்தானந்தர் ராஜினாமா செய்கிறார். ஒடுக்கப்பட்டோரின் முன்னேற்றத்திற்காக அமைக்கப்பட்ட அக்குழு, பிறகு எந்த வேலையையும் உருப்படியாகச் செய்யாமல் இறுதியில் இப்பணியை 'இந்து மகா சபை'யிடம் ஒப்படைக்கிறது.

நிற்க! மேற்சொல்லப்பட்ட திலக் சுயராஜ்ஜிய நிதியிலிருந்து ஒவ்வோராண்டும் செலவழிக்கப்பட்ட தொகையை ஒவ்வொன்றாகப் பட்டியலிட்டுக் காட்டிய அண்ணல், மொத்தம் செலவழிக்கப்பட்ட தொகையான ரூ. 49.50 இலட்சத்தில், ஒடுக்கப்பட்டோர் முன்னேற்றத்திற்காகச் செலவழிக்கப்பட்ட தொகை வெறும் ரூ.43,381/- என்பதை ஆதாரங்களோடு நிறுவியுள்ளார்.

மொத்தம் செலவு செய்யப்பட்ட ரூ.49.50 இலட்சத்தில், காந்தியடிகளின் குஜராத்திற்கு மட்டுமே செலவழிக்கப்பட்ட தொகை ரூ. 26.25 இலட்சம். நாட்டின் மற்ற பகுதிகளுக்கு ரூ.23.25 இலட்சம் என்பதையும்

புள்ளிவிபரங்களின் துணைகொண்டு அண்ணல் நிறுவியுள்ளார். ஒடுக்கப்பட்டோரின் முன்னேற்றம் குறித்து உள்ளம் உருகுமாறு சொற்பொழிவு செய்ததைத் தவிர, மேற்சொன்ன ஆக்கபூர்வ திட்டத்தில் காந்தியடிகள் சிறிதும் அக்கறை காட்டவில்லை என்று இறுதியாகக் குறிப்பிடுகிறார் அண்ணல் அம்பேத்கர்.

ஏன் வெறுப்பு காந்தியடிகளின் மீது?

மறைந்த நீதியரசர் M.G.ரானடே அவர்களின் 101வது பிறந்தநாள் விழா, 1940ஆம் ஆண்டு கொண்டாடப்பட்டது. விழாவை நடத்திய பூனாவின் தக்காண சபை, அந்நிகழ்வின்போது சிறப்புரையாற்ற அண்ணல் அம்பேத்கருக்கு அழைப்பு விடுத்தது. அந்த அழைப்பையேற்று சிறப்புரையாற்றினார் அம்பேத்கர். மூன்றாண்டுகள் கழித்து, அவ்வுரை இன்னும் சற்று மெருகேற்றப்பட்டு 'ரானடே, காந்தி மற்றும் ஜின்னா' (*Ranade, Gandhi and Jinnah*) என்னும் பெயரில் ஒரு புத்தகமாக வெளியிடப்பட்டது. புத்தகத்தின் முன்னுரையில் அண்ணல் எழுதியவற்றின் சுருக்கத்தைக் காணலாம்:

"இந்திய அரசியலில் திரு. காந்தி மற்றும் திரு. ஜின்னா அவர்கள் செய்த குழப்பத்திற்காக, நான் அவர்களை விமர்சித்ததற்காகக் கண்டிக்கப்படுகிறேன். அவ்வாறு விமர்சிக்கும்போது, நான் அவர்கள் மீது வெறுப்பையும் அவமரியாதையையும் காட்டியதாகக் குற்றம் சாட்டப்படுகிறேன்.

இந்தக் குற்றச்சாட்டிற்குப் பதிலளிக்கும் விதமாக நான் சொல்ல வேண்டியது என்னவென்றால், நான் ஒரு விமர்சகன். நான் தொடர்ந்து விமர்சகனாகவே இருக்கவேண்டும். இவர்களைக்

குறித்து விமர்சிப்பதில் நான் தவறு செய்திருக்கக்கூடும். ஆனால் மற்றவர்களின் வழிகாட்டுதலை ஏற்றுக்கொண்டு, அமைதியாக உட்கார்ந்து விஷயங்களை மோசமாக்குவதை விட, தவறு செய்தாலும் அது நல்லதே என்று நான் கருதுகிறேன்.

நான் அவர்களுக்கு எதிராக இருக்கிறேன் என்றால், எனக்கு (என் இனத்திற்கு) ஒரு தீர்வு வேண்டும் என்பதற்காகத்தான். ஒரு சிறந்த தீர்வுக்காகக் காத்திருக்க நான் தயாராக இல்லை.

அநியாயம், கொடுங்கோன்மை, ஆடம்பரம் மற்றும் அவமானத்தை நான் வெறுக்கிறேன். எனவே, என்னுடைய வெறுப்புணர்வு, குற்றவாளிகள் அனைவரையும் அரவணைக்கிறது.

எனது வெறுப்புணர்வுகளை ஓர் உண்மையான சக்தியாக நான் கருதுகிறேன். என்னுடைய கொள்கைகளின் மீது நான் கொண்டிருக்கும் பற்றின் வெளிப்பாடாகவே இந்த வெறுப்புணர்வை நான் கருதுகிறேன்.

இந்தியாவின் அரசியல் முன்னேற்றத்திற்கு முட்டுக்கட்டை போட்ட இரண்டு மனிதர்களான திரு. காந்தி மற்றும் திரு. ஜின்னா ஆகியோரை விமர்சித்ததற்கு, மேற்சொன்ன காரணங்களுக்காக நான் மன்னிப்பு கேட்கமாட்டேன்.

என்னுடைய விமர்சனத்திற்குக் காங்கிரஸ் ஆதரவு பத்திரிகைகள் கண்டனம் தெரிவித்துள்ளன. எனக்கு காங்கிரஸ் ஆதரவு பத்திரிகைகளைக் குறித்து நன்றாகத் தெரியும். எனது வாதங்களை அவர்கள் ஒருபோதும் சான்றுகளோடு நிறுவி மறுத்ததில்லை. நான் செய்யும் எல்லாவற்றுக்கும் என்னைக் குறை கூறவும், கண்டிக்கவும், பழிக்கவும், நான் சொல்வதையெல்லாம் தவறாகப் புகாரளிக்கவும், தவறாகச் சித்தரிக்கவும், திரிக்கவும் மட்டுமே அவர்களுக்குத் தெரியும்.

நான் செய்வது எதுவும் காங்கிரஸ் பத்திரிகைகளுக்கு மகிழ்ச்சி அளிப்பதில்லை. என் மீதான காங்கிரஸ் பத்திரிகைகளின் இந்த விரோதம், தீண்டத்தகாதவர்கள் மீதான சாதி இந்துக்களின் வெறுப்பையொத்தது.

காங்கிரஸ் பத்திரிக்கைகள் என் மீது காட்டுகின்ற எதிர்ப்புநிலை எவ்வளவு வலுவாக இருந்தாலும், எவ்வளவு அழுக்காக இருந்தாலும் நான் என் கடமையைத் தொடர்ந்து செய்வேன்! நான் சிலைகளை

வணங்குபவன் அல்லன். அவற்றையெல்லாம் உடைப்பதையே நான் நம்புகிறேன்.

நான் திரு. காந்தி மற்றும் திரு. ஜின்னாவை வெறுக்கிறேன் என்றால், நான் இந்தியாவை அதிகமாக நேசிப்பதால்தான். அதுதான் ஒரு தேசியவாதியின் உண்மையான நம்பிக்கை.

தனிமனிதர்களை விடவும் நாடு பெரியது என்பதையும், திரு. காந்தி அல்லது திரு. ஜின்னாவைப் பின்பற்றி வழிபடுவது மற்றும் இந்தியாவுக்குச் செய்யும் சேவை. இரண்டும் வித்தியாசமான விஷயங்கள் என்பதையும், இவை ஒன்றுக்கொன்று முரண்பாடாகக் கூட இருக்கலாம் என்பதையும் நாட்டு மக்கள் ஒருநாள் அறிந்து கொள்வார்கள் என்று நான் நம்புகிறேன்.”

கிழிந்த முகத்திரை—பாகம் 1

தாழ்த்தப்பட்டோரின் காவலனாகத் தன்னைக் குறித்த விளம்பரப்படுத்துதலில் காந்தியடிகளுக்கு ஒருவித மனத்திருப்தி இருந்திருக்கக்கூடும். தாழ்த்தப்பட்டோரின் முன்னேற்றம் என்ற துறையில் தன்னை விட இன்னொருவருக்கு நற்பெயர் கிடைத்துவிடக்கூடாது என்கிற முனைப்பில், அவ்வப்போது சிலமுறை தாழ்த்தப்பட்டோருக்கு ஆதரவாகத் திருவாய் மலர்ந்திருக்கிறார் என்ற அளவில்தான் இருந்திருக்கிறது காந்தியடிகளின் 'அரிசனத் தொண்டு.'

சாதி இந்துக்களுக்கு எதிரான மகத் சத்தியாகிரகப் போராட்டத்தின்போதும், நாசிக்கில் நடைபெற்ற ஆலய நுழைவுப் போராட்டத்தின்போதும் தலித் மக்கள் அகிம்சைவழி சத்தியாகிரகத்தைக் கடைபிடித்தனர். இதனைக் காந்தியடிகள் விரும்பவில்லை. பின்வரும் காரணத்தால்:

"தாழ்த்தப்பட்டோரின் நிலைக்குக் காரணம் சாதி இந்துக்களே! இதில் எவ்வித ஐயமும் இல்லை! இருப்பினும் இந்த விஷயத்தில் உண்ணாவிரதம் இருக்கவேண்டியதும், சத்தியாகிரகம் நடத்தவேண்டியதும் சாதி இந்துக்களே. தாழ்த்தப்பட்டோர் அவற்றைக் கடைபிடிக்கத் தேவையில்லை! ஏனெனில், தாழ்த்தப்பட்டோர் விஷயத்தில் பாவம் செய்தவர்கள் சாதி இந்துக்கள் அல்லவா! பாவம் செய்தவர்தானே பாவம்

குறையப் பரிகாரம் செய்யவேண்டும்! எனவே, தாழ்த்தப்பட்டோரின் விவகாரத்தில் உண்ணாவிரதமும், சத்தியாகிரகமும் செய்யவேண்டியது சாதி இந்துக்களேயன்றி, தாழ்த்தப்பட்டோர் அல்லர்!''

பாவம்-பரிகாரம்-சத்தியாகிரகம்-தவம் என்றெல்லாம் சுற்றிவிட்டு விளக்குவது காந்தியடிகளின் பாணி. காந்தியடிகளின் இந்த விளக்கத்தைக் கேட்டதும் பலருக்கு மனம் இளகும். சும்மாவா இவரை 'மகாத்மா' என்றழைத்தார்கள் என்ற எண்ணம் தோன்றும்! காந்தியடிகளின் இந்த வியாக்கியானத்திற்குத் தாழ்த்தப்பட்டோரின் பதில் என்ன?

''பாவம் செய்தவரே பரிகாரமாகச் சத்தியாகிரகம் செய்யவேண்டுமென்றால், இந்தியர்களின் விஷயத்தில் பாவம் செய்தவர்கள் ஆங்கிலேயர்தானே! அப்படியென்றால், ஆங்கிலேயர்தானே சத்தியாகிரகம் இருக்கவேண்டும்! ஏன் இந்தியர்கள் சத்தியாகிரகம் கடைபிடிக்க வேண்டும்? ஆங்கிலேயர்-இந்தியர் விவகாரத்தில் பாவம் செய்யாதவரின் தலையில் சத்தியாகிரகம்; சாதி இந்துக்கள்- தாழ்த்தப்பட்டோர் விவகாரத்தில் பாவம் செய்தவரின் தலையில் சத்தியாகிரகமா?''

'தாழ்த்தப்பட்டோரின் பாதுகாவலர்' இக்கேள்விக்கு எந்தப் பதிலையும் தரவில்லை.

கிழிந்த முகத்திரை—பாகம் 2

தாழ்த்தப்பட்டோர் நடத்திய எந்த சத்தியாகிரகப் போராட்டத்தையும் காந்தியடிகள் ஆதரிக்கவில்லையா என்றால் ஆதரித்திருக்கிறார். கேரளாவில் வைக்கத்தில் நடந்த தாழ்த்தப்பட்டோரின் சத்தியாகிரகப் போராட்டத்தை காந்தியடிகள் ஆதரித்தார். ஏனென்றால் வைக்கம் போராட்டத்தில் காங்கிரசு இயக்கத்தின் ஆதரவில் தாழ்த்தப்பட்டோர் சத்தியாகிரகம் நடத்தினர். மகத் மற்றும் நாசிக் போராட்டங்களில் காங்கிரசின் ஆதரவின்றித் தாழ்த்தப்பட்டோர் தனியே சத்தியாகிரகம் நடத்தினர். அதாவது, காங்கிரசின் தயவை நாடி, அவர்களின் நல்லாசியுடன் தாழ்த்தப்பட்டோர் செய்யும் சத்தியாகிரகத்திற்கு காந்தியடிகளின் ஆதரவிருக்கும். காங்கிரசின் தயவின்றித் தாழ்த்தப்பட்டோர் தாமாகச் சத்தியாகிரகம் நடத்தினால் அதற்கு காந்தியடிகளின் ஆதரவிருக்காது!

இது மட்டுமா? தாழ்த்தப்பட்டோர் நடத்துகின்ற அறவழிப் போராட்டங்களுக்குப் பிற மதத்தினர் (இசுலாமியர், சீக்கியர், கிறித்தவர், பார்சி இனத்தவர், ஆங்கிலோ-இந்தியர் ஆகியோர்) ஆதரவளிப்பதையும் காந்தியடிகள் விரும்பவில்லை; காரணம்- பாவம் செய்த சாதி இந்துக்கள் அல்லவா தவம் செய்ய வேண்டும்! அப்பாவி தாழ்த்தப்பட்டோர் தவம் செய்யலாகாதல்லவா! ஆக, தவறாகத் தவம் செய்யும் தாழ்த்தப்பட்டோரை ஊக்குவிக்கும் விதமாகப் பிற

மதத்தவர் ஆதரவளிப்பது தவறல்லவா! காந்தியடிகளின் இத்தகைய அறிவுபூர்வமான வியாக்கியானத்தை அவரே இன்னொரு இடத்தில் பின்பற்றவில்லை. எங்கே என்றால், கிலாபத் இயக்கத்திற்கு ஆதரவு தெரிவித்த நிகழ்வில்!

முதலாம் உலகப்போர் முடிவில் ஜெர்மனிக்கு ஆதரவளித்த துருக்கி கலீஃபாவைப் பதவியிறக்கி, துருக்கிய ஓட்டாமன் தேசத்தைத் துண்டாடியது போரில் வென்ற பிரிட்டன். கலீஃபா என்பவர் உலக இசுலாமியர்களின் மதகுருவைப் போன்றவர்! எனவே, பிரிட்டனின் இச்செயல் உலக இசுலாமியர்களின் கோபத்தை இயல்பாகத் தூண்டியது. இந்தியாவிலும் அது எதிரொலித்தது! இந்திய இஸ்லாமியர்கள் அனைவரும் முகமது அலி மற்றும் சௌகத் அலி ஆகியோரின் தலைமையில் திரண்டு "கிலாஃபத் இயக்கம்" கண்டனர். இந்த இயக்கத்திற்குத் தன்னுடைய பரிபூரண ஆதரவை வழங்கிய காந்தியடிகள், அனைத்து இஸ்லாமியர் அல்லாதாரையும் கிலாஃபத் இயக்கத்திற்கு ஆதரவளிக்கத் தூண்டினார்.

காந்தியடிகளின் கூர்த்த நுண்ணறிவின் காரணமாகத் தோன்றிய கொள்கையின்படி பார்த்தால் கலீஃபா விஷயத்தில் பாவம் செய்தது ஆங்கிலேயர்கள். எனவே பண்ணிய பாவம் தீர தவம் புரிய வேண்டியதும் ஆங்கிலேயர்கள்தான்! இங்கோ தவம் புரிவது இசுலாமியர்கள்! காந்தியாரின் கொள்கையின்வழி பார்த்தால் அவர்களை மேலும் ஊக்குவிக்கும் வகையில் அவர்களுக்கு ஆதரவளிக்கலாகாது அல்லவா! இங்கு மட்டும் காந்தியடிகளின் கொள்கை காலாவதி ஆனது ஏனோ?

ஆக, எவர் துணையுமின்றித் தாழ்த்தப்பட்டோர் சுயேச்சையான அறவழிப் போராட்டம் செய்தால், அதற்குக் காந்தியடிகளின் ஆதரவுமிருக்காது. காங்கிரசின் ஆதரவுமிருக்காது. பிற மதத்தினர் ஆதரவளிப்பதும் பிடிக்காது! ஆனால், தாழ்த்தப்பட்டோரின்றிப் பிற இனத்தவருக்கு ஏதேனும் ஒன்று என்றால் காந்தியடிகளும் ஆதரவு தெரிவிப்பார். காங்கிரசும் ஆதரிக்கும். அனைவரும் ஆதரிக்க காந்தியாரால் ஊக்குவிக்கப்படுவர்!

சுருங்கச் சொன்னால், ஒரு கண்ணில் வெண்ணெய்; மற்றொரு கண்ணில் சுண்ணாம்பு, இதுதான் காந்தியடிகளின் கொள்கை!

அரிசனருக்கு அமைச்சர் பதவியா?

1938இல் ஒரு சம்பவம் நிகழ்ந்தது. 'கரே சம்பவம்' என்று கூறப்படும் இச்சம்பவத்தின் வழியே, காந்தியடிகளின் 'அரிசனத் தொண்டு' எந்தளவுக்கு உண்மையானது என்பதை அண்ணல் அம்பேத்கர் விளக்குகிறார்.

அன்றைய மத்திய மாகாணத்தில் நடைபெற்ற தேர்தலில் காங்கிரசு வெற்றிபெற்று ஆட்சியமைத்தது. மாகாணத்தின் பிரதம மந்திரியாக (இன்றைய மாநில முதல்வர்களே அந்நாளில் மாகாணப் பிரதமர்கள் அல்லது பிரீமியர்கள் என்றழைக்கப்பட்டனர்) டாக்டர். கரே என்பவர் பதவியேற்றார்.

பதவிக்கு வந்த ஒரு வருடத்தில், மாகாணப் பிரதமருக்கும் மந்திரிகளுக்குமிடையே கருத்து வேறுபாடுகள் தோன்றின. எனவே, மந்திரிகளின் ராஜினாமாவை டாக்டர். கரே கோரினார். மந்திரிகளோ, இப்பிரச்சனையை காங்கிரசுக்கட்சியின் மேலிடத்திற்குக் கொண்டு சென்றனர். கட்சியின் ஒப்புதலின்றித் தாங்கள் இராஜினாமா அளிக்கமுடியாதென்று கூறிவிட்டனர். என்னதான் காங்கிரசுக் கட்சியின் ஆட்சி என்றாலும், ஆட்சி விஷயங்களில் கட்சி தலையிடுவது சரியில்லை அல்லவா! எனவே, மந்திரிகளின் முடிவை டாக்டர். கரே அவர்கள் ஏற்றுக்கொள்ளாமல் அவர்களை வலியுறுத்தி அவர்களிடமிருந்து இராஜினாமாக்களைப் பெற்றுக்கொண்டார்.

பிறகு, அவருடைய விருப்பத்தின்படி வேறொரு மந்திரிசபையை அமைத்தார். இந்த மந்திரிசபையில் ஒரு தலித் சேர்த்துக்கொள்ளப்பட்டார். பழுத்த காங்கிரஸ்காரரான இந்த தலித் மந்திரி, மெத்தப் படித்தவரும் கூட! காங்கிரஸ் இயக்கத்தின் கொள்கையின்படி, தாழ்த்தப்பட்டோரை முன்னேற்ற வேண்டுமல்லவா! எனவே, தலித் சமுதாயத்தைச் சேர்ந்த ஒருவரை மந்திரியாக்கிய டாக்டர்.கரே அவர்களின் செய்கை, காங்கிரசு இயக்கத்தின் பாராட்டைப் பெற்றிருக்க வேண்டுமல்லவா! உண்மையில் என்ன நடந்தது?

முன்னாள் மந்திரிகள் கொண்டுசென்ற பிரச்சனையைக் காங்கிரஸ் மேலிடம் பரிசீலித்தது. கட்சி விதிகளை மீறியதாக டாக்டர்.கரே மீது குற்றஞ்சாட்டப்பட்டு, அவருடைய பிரீமியர் பதவியைப் பறிக்க முடிவானது. அவர் மீது வைக்கப்பட்ட குற்றச்சாட்டுகளுள் ஒன்று, தலித் சமுதாயத்தைச் சேர்ந்தவரை அமைச்சரவையில் சேர்த்தது! டாக்டர். கரே, வெறுப்பில் தன் பிரீமியர் பதவியை இராஜினாமா செய்தார்.

'காங்கிரஸ் மேலிடம்தானே இப்படிப் பைத்தியக்காரத்தனமான செயலைச் செய்தது! இதில் காந்தியடிகள் எங்கே வந்தார்?' என்ற கேள்வி எழக்கூடும். இந்தக் குற்றச்சாட்டை வைத்தவரே காந்தியடிகள்தான்! இது மட்டுமல்ல. காந்தியடிகளை நேரிடையாகச் சந்தித்துப் பேசிய டாக்டர்.கரேவிற்கு காந்தியடிகளின் உண்மையான முகம் தெரிய வந்தது.

'தலித்தை ஏன் மந்திரிசபையில் சேர்த்தீர்கள்?' என்ற கேள்வியைக் காந்தியடிகள் கேட்க, காங்கிரசு இயக்கத்தின் கொள்கைகளில் ஒன்றான தாழ்த்தப்பட்டோரின் முன்னேற்றத்தையே தாம் நிலைநாட்டியதாக டாக்டர்.கரே பதில்கூற, இப்பதிலை காந்தியடிகள் ஏற்றுக்கொள்ளவில்லை. 'உங்களுடைய பதவியைத் தக்கவைக்கின்ற நோக்கில்தான் தலித்துக்கு அமைச்சரவையில் இடமளித்தீர்கள்!' என்று காந்தியடிகள் குற்றஞ்சாட்ட, 'பதவி ஆசை எனக்கிருந்திருந்தால் நான் ஏன் பிரீமியர் பதவியை இராஜினாமா செய்திருக்கப் போகிறேன்?' என்று பதிலிறுத்தார் டாக்டர்.கரே. இந்த விளக்கத்தை காந்தியடிகள் ஏற்றுக்கொள்ளவில்லை. 'தலித்தை மந்திரியாக்கி, தலித் இனத்தவருக்குப் பதவி ஆசையை ஏற்படுத்தி விட்டீர்கள்!' என்று காந்தியடிகள் குற்றஞ்சாட்டினார்.

மேற்கூறிய இச்சம்பவத்தை டாக்டர் கரே பொதுமேடையில் விளக்கிட, அதை அண்ணல் அம்பேத்கர் எழுதியுள்ளார். இத்தனை ஆதாரங்களை

அடுக்கியும் காந்தியின் பக்தர்களுக்கு இன்னும் ஐயமிருக்கலாம்; ‘இவையனைத்தும் முழுக்க முழுக்க கற்பனை!’ என்றே அவர்கள் வாதிடக்கூடும்! வக்கீல்களுக்கெல்லாம் வக்கீலான அண்ணல் அம்பேத்கருக்கு இது தெரியாமலா இருக்கும்? மேற்கூறிய சம்பவம் உண்மையே என்பதைப் பின்வரும் சான்றைத் தந்து மெய்ப்பிக்கிறார்.

டாக்டர் கரே இராஜினாமா செய்தபிறகு, காங்கிரஸ் மேலிடத்தின் விருப்பத்தின்படியும், ஆசியோடும் இன்னொரு மந்திரிசபை அமைக்கப்பட்டது. அந்த அமைச்சரவையில் ஒருவர் கூட தலித் இனத்தைச் சேர்ந்தவர் இடம்பெற்றிருக்கவில்லை!

இதுதான் காந்தியடிகளின் ‘அரிசனத் தொண்டு!’

ஆலய நுழைவும் அம்பேத்கர் கருத்தும்— பாகம் 1

தாழ்த்தப்பட்டோருக்கு ஆதரவாக காங்கிரஸ் இயக்கம் கையிலெடுத்த முக்கியமான விஷயம், ஆலய நுழைவுப் போராட்டம். பல்வேறு மாகாணங்களில், இந்துக் கோயில்களுக்குள் நுழைய தாழ்த்தப்பட்டோருக்கு உரிமையே இருந்திடாத காலம் அது! 'தாழ்த்தப்பட்டோரின் அசுத்தம், கோயிலின் புனிதத்தைக் கெடுத்துவிடும்!' என்கின்ற மூடநம்பிக்கையும், தாழ்த்தப்பட்டோர் மீதிருந்த வன்மமுமே சாதி இந்துக்களை இவ்வாறு தடைவிதிக்கச் செய்தது. இந்நிலையில், ஆலயங்களில் நுழையும் உரிமையைத் தாழ்த்தப்பட்டோருக்கும் பெற்றுத்தரவேண்டும் என்னும் கருத்தைக் காந்தியடிகள் கையிலெடுத்தார். எந்த அளவுக்கு இவ்விஷயத்தில் அவரும், காங்கிரசு இயக்கமும் தீவிரமாக ஈடுபட்டன என்பதைக் குறித்துப் பார்க்கும் முன்னர், ஆலய நுழைவு குறித்த அண்ணல் அம்பேத்கரின் கருத்துகள் என்னென்ன என்பதைப் பார்க்கலாம்.

ஆலய நுழைவு குறித்த மசோதா ஒன்றை மத்திய சட்டப்பேரவையில் *(Central Legislative Assembly- அன்றைய நாடாளுமன்றம்)* திரு.ரங்கா ஐயர் என்பவர் கொண்டுவந்திருந்தார். காந்தியடிகளும், காங்கிரஸ்காரர்களும் மிகவும் சிலாகித்துப் பேசிய இந்த மசோதா என்ன கூறுகிறது? 'நகராட்சி அல்லது உள்ளூர் மன்றங்களில், பெரும்பான்மையானோர்

ஆலய நுழைவிற்கு ஆதரவாக வாக்களிக்கும் பட்சத்தில், அந்த நகராட்சி அல்லது உள்ளூர் மன்றங்களின் கீழ்வரும் கோயில்கள் அனைத்தும் தாழ்த்தப்பட்டோருக்குத் திறந்துவிடப்படவேண்டும்!' மேலெழுந்தவாரியாகப் பார்த்தால், மிக அருமையான மசோதா எனத்தோன்றும் இந்த மசோதாவைப் பகுத்தாய்ந்து, உண்மைகளை வெளிக்கொணர்கிறார் அண்ணல் அம்பேத்கர்!

முதலில் இந்த மசோதா, தீண்டாமையைப் பாவமென்றோ, சட்டத்திற்குப் புறம்பானதென்றோ கூறுகிறதா? இல்லை! 'பெரும்பான்மையானோர்' ஆலய நுழைவுக்கு வாக்களிக்கும் பட்சத்தில் ஆலய நுழைவு நடந்தேறும் என்றே இம்மசோதா மொழிகிறது! ஒருவேளை, பெரும்பான்மையானோர் ஆலய நுழைவிற்கு ஆதரவாக வாக்களிக்கவில்லையென்றால்? சட்டப்படியே ஆலய நுழைவு நிகழாது! பச்சையாகச் சொல்வதானால், பெரும்பான்மையானோர் விரும்பினால் தாழ்த்தப்பட்டோருக்கு ஆலய நுழைவுச் சலுகை. ஒருவேளை அவர்கள் விரும்பாவிடில், அதிகாரபூர்வமாகத் தீண்டாமையே தொடரும்!

எந்தவொரு நகராட்சியிலோ அல்லது உள்ளூர் மன்றங்களிலோ, தாழ்த்தப்பட்டோர் பெரும்பான்மை எண்ணிக்கையில் இருந்ததில்லை. தாழ்த்தப்பட்டோரை மேலும் அடக்குமுறைக்கு ஆளாக்குகின்ற விஷயத்தில், சாதி பேதமின்றி அனைத்து சாதி இந்துக்களும் ஒன்றுகூடியதே வரலாறு! அப்படியிருக்க, எந்த நகராட்சியில் அல்லது உள்ளூர் மன்றத்தில் 'பெரும்பான்மையானோர்' ஆலய நுழைவுக்கு ஆதரவாக வாக்களிப்பர் என்று எதிர்பார்க்க முடியும்?

அண்ணலின் ஆணித்தரமான ஆங்கிலத்தில் இதைப் பார்க்கலாமா? *"If one is not suffering from illusions of any kind, one must accept that the hope of a majority voting in favour of Temple Entry will be rarely realised, if at all."*

ஆலய நுழைவு மசோதா குறித்த அண்ணலின் பார்வையைப் பார்த்தோம். மசோதாவை விட்டுத்தள்ளுங்கள்- அது 'சந்திரமுகி' படத்தில் வரும் கிராஃபிக்ஸ் பாம்பைப் போல- எதற்காக இருக்கிறது என்பது தெரியாமலே இருக்கிறது! ஆலய நுழைவுப் போராட்டம் குறித்த அண்ணலின் பொதுவான கருத்து என்ன?

ஆலய நுழைவும் அம்பேத்கர் கருத்தும்— பாகம் 2

தாழ்த்தப்பட்டோரின் ஆலய நுழைவுப் போராட்டம் குறித்த தன்னுடைய கருத்தைப் பதிவிடும் அண்ணல் அம்பேத்கர், எவையெவையெல்லாம் ஆலய நுழைவு ஆகாதென்று பட்டியலிடுகிறார்:

நாட்டில் நூற்றுக்கணக்கில், ஆயிரக்கணக்கில் உள்ள கோயில்கள் கழுதைகள் சுற்றித்திரிகின்ற இடங்களைப் போலவே, வழிபாடு என்ற ஒன்றே நடைபெறாமல் உள்ளன. எடுத்துக்காட்டாக, நாசிக் மற்றும் வை (Wai) ஆகிய இடங்களிலுள்ள பல கோயில்களைக் கூற முடியும். இத்தகைய கோயில்களில் மட்டும் தாழ்த்தப்பட்டோருக்கு அனுமதியளித்துவிட்டு, ஆலய நுழைவு நடத்தப்பட்டதாக மார்தட்டிக்கொள்வது பொருளற்ற செயல்; மேலும் இச்செயல் தாழ்த்தப்பட்டோரை அவமானப்படுத்துவதும் கூட!

கோயில்களில் தாழ்த்தப்பட்டோருக்கு அனுமதி அளித்துவிட்டு, அதன் பிறகு அக்கோயில்களைச் சாதி இந்துக்கள் புறக்கணித்தனரென்றால், இத்தகைய நிகழ்வுகளும் ஆலய நுழைவாகக் கருதப்படமாட்டாது.

அவ்வாறு தாழ்த்தப்பட்டோர் நுழைந்து வழிபாடு செய்த கோயிலைத் தூய்மைப்படுத்தி அதன் பிறகே சாதி இந்துக்கள் வழிபடுகின்றனரென்றால், இதுவும் ஆலய நுழைவாகக் கருதப்படமாட்டாது.

லண்டனில் உள்ள ரிட்ஸ் ஹோட்டலில் (Ritz Hotel) அனைவருக்கும் அனுமதியென்றே அறிவிக்கப்பட்டிருக்கும். இதன் பொருள்- யார் வேண்டுமானாலும் அங்கு தங்கலாம் என்பதல்ல. அங்கு தங்குவதற்கு யாரால் பொருளாதார ரீதியாக இயலுமோ, அவர்களால் மட்டுமே அங்கு தங்கிட இயலும்! அதைப் போலவே, ஆலயங்களில் நுழைய அனைவருக்கும் அனுமதியுண்டு என்று பொதுப்படையாக அறிவித்துவிட்டால், எவர் வேண்டுமானாலும் செல்லலாம் என்று பொருளல்ல. கோயிலினுள் செல்வதற்கு எவர்களால் இயலுமோ அவர்களால் மட்டுமே செல்ல இயலும்! கோயிலுக்குள் எவரேனும் தாழ்த்தப்பட்டோர் நுழைந்தால், நேரடியாக அத்தகையவரை மிரட்டியோ, இல்லையெனில் மறைமுகமாக அவர்களின் குடும்பத்தைப் புறக்கணித்தோ சாதி இந்துக்களால் அவர்களை வழிக்குக் கொண்டுவரமுடியும். இதையும் தாண்டி கோயிலுக்குள் செல்ல எவரால் இயலுமோ, அவர்களுக்கு மட்டுமே அனுமதி!

இவ்வாறு பல்வேறு சாத்தியக்கூறுகளைப் பட்டியலிடும் அண்ணல் அம்பேத்கர், காந்தியடிகளின் உண்ணாவிரதத்தை நிறுத்தும் பொருட்டு ஆலய நுழைவு நிகழ்ந்ததாகக் காட்டப்பட்ட கணக்குகளில், பரவலான எண்ணிக்கையில் மேற்சொன்ன நிகழ்வுகள் நடந்ததற்கான சாத்தியக்கூறுகளே அதிகமென்றும், உண்மையான ஆலய நுழைவு மிகச்சில கோயில்களில் மட்டுமே நிகழ்ந்திருக்கக்கூடுமென்றும் ஊகித்தார்.

ஆலய நுழைவும் அம்பேத்கர் கருத்தும் — பாகம் 3

தாழ்த்தப்பட்டோரின் ஆலய நுழைவிற்காகக் காங்கிரசும், காந்தியடிகளும் போராடத் துவங்கிய நிலையில், தாழ்த்தப்பட்டோருக்கு ஆலய நுழைவு விருப்பத்திற்குரிய ஒன்றா? என்பதைக் குறித்து அண்ணல் அம்பேத்கர் ஆராய்ந்து விளக்குகிறார்:

பொருள்முதல்வாத அடிப்படையில் பார்த்தால் (Materialistic point of view), தாழ்த்தப்பட்டோர் கடைத்தேற இன்றியமையாதவை-மேல்நிலைக் கல்வி, உயர்வான வேலை மற்றும் நல்ல வாழ்க்கையை அமைத்துக்கொள்ளத் தேவையான சிறந்த வழிவகைகள் ஆகிய மூன்று மட்டுமே! இந்த மூன்றின் காரணமாகத் தாழ்த்தப்பட்டோருக்குச் சிறப்பான வாழ்க்கை அமைந்துவிட்டால், சமுதாயத்தில் அவர்களுக்கும் மதிப்பு கிடைத்துவிடும். சமுதாய மதிப்பு கிடைத்தபிறகு, தாழ்த்தப்பட்டோர் குறித்த அடிப்படைக் கற்பிதங்களே மாறிவிடும், ஒருவேளை அவ்வாறு மாறாவிட்டால் கூட, அதனால் தாழ்த்தப்பட்டோரின் சிறப்பான வாழ்க்கைக்கு எவ்விதப் பங்கமும் நேர்ந்துவிடாது! இந்தக் கருத்தாக்கத்தின்படி பார்த்தால், ஆலய நுழைவுப் போராட்டத்தால் தாழ்த்தப்பட்டோருக்கு எவ்வித நன்மையும் கிடையாது! ஆலயத்தில் நுழையும் உரிமை கிடைப்பதாலேயே, தாழ்த்தப்பட்டோரின் வாழ்க்கைத்தரம் எவ்விதத்திலும் உயர்ந்துவிடப் போவதில்லை!

ஆலய நுழைவுப் போராட்டத்தை வேறொரு பார்வையில் பார்த்தால், தாழ்த்தப்பட்டோர் நுழைவதை விரும்பாத சாதி இந்துக்களின் கோயில்களுக்குள் போராடி உள்ளே நுழைவதென்பது தாழ்த்தப்பட்டோரின் சுயமரியாதைக்கு எதிரானது! சாதி இந்துக்களின் ஆணவத்திற்கும், திமிர்க்குணத்திற்கும் எடுத்துக்காட்டாக விளங்கும் இத்தகைய கோயில்களுக்குள் நுழைய அனுமதி கேட்டு, எதற்காகத் தாழ்த்தப்பட்டோர் போராட வேண்டும்? இதன் காரணமாகவும் இத்தகைய போராட்டத்தில் தாழ்த்தப்பட்டோர் ஆர்வம் காட்டுவதில்லை.

இவ்விரண்டு காரணங்களை விளக்கும் அண்ணல் அம்பேத்கர், இறுதியாக ஒரு கேள்வியை எழுப்புகிறார்- ‘தாழ்த்தப்பட்டோரின் முன்னேற்றம் என்னும் பல படிநிலைகளில், ஆலய நுழைவுப் போராட்டம் என்பது இறுதிப்படியா? அல்லது பல படிகளுள் ஒன்றா? இறுதிப்படி என்றால், எந்தத் தாழ்த்தப்பட்டவரும் இதை ஆதரிக்கப்போவதில்லை. பல படிகளுள் ஒன்று என்றால், தாழ்த்தப்பட்டோரின் முன்னேற்றம் குறித்த இறுதியான படி என்ன என்பதைக் குறித்து காந்தியடிகளும், காங்கிரசும் விளக்கவேண்டும்!’

ஆலய நுழைவும் அம்பேத்கர் கருத்தும்— பாகம் 4

ஆலய நுழைவுப் போராட்டம் என்பது உண்மையிலேயே சமுதாயப் புரட்சிக்கான போராட்டமா? இல்லையெனில், இதில் ஏதேனும் தந்திரம் உள்ளதா? என்பது குறித்தும் அண்ணல் அம்பேத்கர் ஆராய்ந்துள்ளார். சில தாழ்த்தப்பட்டோர் அஞ்சுவதைப் போல, இப்போராட்டத்தின் அடிப்படைக் காரணம் சாதி இந்துக்களின் தந்திரமாகவும் இருக்கலாம் என்றும் பதிவு செய்துள்ளார். என்ன தந்திரம்?

கல்வியிலும், பணிகளிலும் மற்றும் அரசியலிலும் தாழ்த்தப்பட்டோருக்குக் கிடைத்துள்ள சில சிறப்புச் சலுகைகளுக்கெல்லாம் அடிப்படைக் காரணம், அவர்கள் தாழ்த்தப்பட்டவர்கள் என்பதே! ஒருவேளை அவர்கள் தாழ்த்தப்பட்டவர்களாக நடத்தப்படவில்லை என்றால், மேற்சொன்ன சிறப்புச் சலுகைகளை அவர்கள் மேற்கொண்டு அனுபவிக்க எவ்வித முகாந்திரமும் இல்லையென்று ஆகிறதல்லவா! அதாவது, தீண்டாமையைப் போக்கியதாகக் காட்டிவிட்டால், தாழ்த்தப்பட்டவர்கள் அனைவரும் 'ஏழைகள்' என்றோ அல்லது 'பிற்படுத்தப்பட்டவர்கள்' என்றோதான் முத்திரையிடப்படுவர்! ஏழை என்பதாலோ அல்லது பிற்படுத்தப்பட்டவர் என்பதாலோ அவர்களுக்கு எவ்விதமான சிறப்புச் சலுகைகளும் வழங்கப்பட மாட்டாதல்லவா!

எவ்வாறு தீண்டாமையைப் போக்கியதாகக் காட்டுவது? ஆலயத்தைத் திறந்துவிடுவதன் மூலமாக! தாழ்த்தப்பட்டவர்களுக்கும் ஆலயத்தில்

அனுமதி என்பதால் அவர்களின் தாழ்ந்த நிலை நீங்கியதென்று அறிவித்துவிடலாம்! அனைத்து சாதி இந்துக்களைப் போலவேதான் தாழ்த்தப்பட்டவர்களுக்கும் கோயிலில் நுழைய அனுமதி கிடைக்கின்றதே! எனவே, அத்தகையவர்களை இதற்கு மேலும் தாழ்த்தப்பட்டவர்களாக அடையாளம் காட்டவேண்டுமா? என்று கேட்டுவிட்டு, நாளடைவில் சலுகைகளை நிறுத்திவிடலாம்!

ஆலய நுழைவுப் போராட்டத்தில் இத்தகைய தந்திரப் பின்னணியும் இருக்கக்கூடுமென்று அண்ணல் பதிவிடுகிறார்.

தாழ்த்தப்பட்டோரை முன்னேற்ற...

தாழ்த்தப்பட்டோரின் முன்னேற்றம் குறித்து எத்தனையோ, எவரெவரோ, எத்தனை முறையோ பேசினாலும், எழுதினாலும் அவர்களிடம் தாழ்த்தப்பட்டோரின் முன்னேற்றம் குறித்த முத்தாய்ப்பான, தெளிவான செயல்திட்டம் என்பதைக் காண்பதரிது. தலித் முன்னேற்றத்தின் ஒன்றிரண்டு படிநிலைகளுக்காக அத்தகையோர் போராடியிருக்கக்கூடும். அம்மட்டில் அத்தகையோரின் பங்களிப்பு நின்றுவிடும். எடுத்துக்காட்டாகக் காந்தியடிகளையே எடுத்துக்கொள்வோம். தாழ்த்தப்பட்டோரின் முன்னேற்றத்திற்காக அவர் பாடுபட்டதைப் பின்வருமாறு சுருக்கமாகப் பார்க்கலாம்:

தாழ்த்தப்பட்டோரைக் 'கடவுளின் குழந்தைகள்' (Harijan) என்று விளிக்கும் பழக்கத்தைத் துவங்கினார். இந்தப் பெயர்மாற்றம், தாழ்த்தப்பட்டோரின் வாழ்க்கைநிலையில் எவ்வித முன்னேற்றத்தையும் ஏற்படுத்தவில்லை.

'ஹரிஜன் சேவக் சங்கம்' என ஒரு சங்கத்தை நிறுவி, தாழ்த்தப்பட்டோரின் முன்னேற்றத்திற்காகச் செலவுசெய்யவேண்டி நன்கொடைகள் பெற்றார். மிகப்பெரிய தொகை கிடைத்தும், கருதிய செயலுக்குக் காந்தியடிகளால் அத்தொகையைச் செலவழிக்க முடியவில்லை.

அவ்வப்போது தாழ்த்தப்பட்டோரின் முன்னேற்றத்திற்காகக் குரல் கொடுத்திருக்கிறார்; உண்ணாவிரதம் இருந்திருக்கிறார். ஆனால்

அதே சமயத்தில், சாதி இந்துக்களுக்கெதிராகத் தாழ்த்தப்பட்டோர் சத்தியாகிரகம் நடத்தியதை காந்தியடிகள் ஆதரித்ததில்லை.

தாழ்த்தப்பட்டோரின் ஆலய நுழைவுப் போராட்டத்தை ஆதரித்துச் சிற்சில போராட்டங்களைச் செய்திருக்கிறார். இத்தகைய போராட்டங்களாலும் தாழ்த்தப்பட்டோரின் வாழ்க்கை நிலையில் குறிப்பிடத்தக்க முன்னேற்றம் ஏற்படவில்லை.

ஆட்சி மன்றங்களில் தாழ்த்தப்பட்டோருக்கு இடம் கிடைக்கப் பூனா ஒப்பந்தம் கண்டார். ஆனால், இதற்கு விலையாகத் தனிப்பட்ட வாக்காளர் முறையை வாங்கிக்கொண்டார். 'நான்கை உனக்குப் படையலாக்குகிறேன்; எனக்கு மூன்றை மட்டும் தா!' என ஔவையார் பிள்ளையாரை நோக்கி சமத்காரமாகப் பாடியதைப் போல, பூனா ஒப்பந்தத்தில் தாழ்த்தப்பட்டோரிடமிருந்து அதிகமானதைப் பெற்றுக்கொண்டு, குறைவானதையே காந்தியடிகள் தந்திருக்கிறார்.

ஆக, தாழ்த்தப்பட்டோரின் முன்னேற்றம் குறித்த தெளிவான பார்வை காந்தியடிகளிடம் இல்லாதிருந்தது கண்கூடு! ஒருவேளை தெளிவான பார்வை இருந்திருந்தாலும், அதைச் செயல்படுத்த மனமின்றி இருந்திருக்கவும் கூடும்!

சரி, தாழ்த்தப்பட்டோர் குறித்த அண்ணல் அம்பேத்கரின் செயல்திட்டம் என்ன? அவரிடம் ஆலயநுழைவுப் போராட்டம், 'ஹரிஜன்' என்னும் பெயர்மாற்றம் போன்ற நகாசு திட்டங்கள் கிடையாது. ஒரு பிரச்சனையின் மையப்புள்ளியை அடையாளம் கண்டு, அதைப் பூண்டோடு வேரறுக்கும் வழிவகைகளைக் குறித்து விளக்குவதே அண்ணலின் பாணி! இரண்டே இரண்டு திட்டத்தில் ஒட்டுமொத்த தாழ்த்தப்பட்ட இன முன்னேற்றத்தைச் சாத்தியப்படுத்த முடியுமென்று அண்ணல் அம்பேத்கர் விளக்குகிறார். அவை என்ன திட்டங்கள் என்பதைப் பார்க்கும் முன்னர், தாழ்த்தப்பட்டோருக்கு அண்ணல் விடுத்த எச்சரிக்கையைப் பார்க்கலாம்.

தாழ்த்தப்பட்டோருக்கு எச்சரிக்கை

தாழ்த்தப்பட்டோர் தமக்குத் தாமேதான் முன்னேற்றப் பாதைகளை வகுத்துக்கொள்ள வேண்டுமா? அல்லது சாதி இந்துக்களைச் சார்ந்தே வகுத்துக்கொள்ள வேண்டுமா? என்னும் கேள்வியை எழுப்பும் அண்ணல் அம்பேத்கர், பின்னதைப் புறந்தள்ளுகிறார். ‘உங்களை முன்னேற்ற இன்னொருவரை நம்பாதீர்! நீங்களே உங்களை முன்னேற்றிக்கொள்ள வேண்டும்!’ என்று எச்சரிக்கிறார்.

தீண்டாமையை ஒழிக்க இரண்டு செயல்முறைகள் அன்றைய சமுதாயத்தில் கூறப்பட்டு வந்திருக்கின்றன:

தீண்டாமை என்பது ஒரு மனநோய். ஒரு மூடப்பழக்கம்! இப்பழக்கத்தைக் கைவிட வேண்டுமானால், சாதி இந்துக்களிடையே இதுகுறித்த விழிப்புணர்வை ஏற்படுத்த வேண்டும். அவர்களின் கல்வித்தரத்தை மேம்படுத்த வேண்டும். அவர்களின் கல்விநிலை முன்னேறினால், எது நன்மை? எது தீமை? என்று பகுத்தாயும் திறன் எற்பட்டுவிடும். இதன் வழியே, தீண்டாமை என்பது தவறான அணுகுமுறை என்பதும் அவர்களுக்குப் புரிந்துவிடும். எனவே, தீண்டாமையை ஒழித்திடச் சாதி இந்துக்களின் கல்வி முன்னேற்றம் அவசியம்!

இக்கருத்தைத் தவறென்று பின்வரும் வாதத்தின்மூலம் நிரூபிக்கிறார் அண்ணல் அம்பேத்கர்:

கல்வியறிவின் மூலம் தீண்டாமையை ஒழித்துவிடலாமெனில், மெத்தப் படித்தவர்களாகக் கருதப்படும் பிராமணர்கள் தீண்டாமையை ஒழித்திட முனைந்திருக்கிறார்களா? வெகு சிலரே அவ்வாறு முனைந்துள்ளனர். ஏன் கல்வியறிவு இருந்தபோதும் அவர்களால் தீண்டாமையை எதிர்க்க இயலவில்லை? ஏனெனில், தீண்டாமை என்னும் சமுதாய நிலை நீடிப்பதில் அவர்களுக்குச் சமுதாய, பொருளாதாரச் சாதக நிலைகள் உள்ளன. ‘உயர்ந்த சாதி!’ என்னும் சமுதாயப் பெருமை வேண்டுமானால், ‘தாழ்ந்த சாதி!’ என்ற அமைப்பு நீடித்திருக்க வேண்டுமல்லவா! மேலும், கொடுக்கின்ற கூலியைப் பெற்றுக்கொண்டு, பிறர் முகம்சுளிக்கின்ற வேலையைச் செய்திடவும் தாழ்த்தப்பட்டோர் தேவையல்லவா! எனவே, கல்வியறிவு இருந்தாலும், தீண்டாமை என்பது தவறென்றே தெளியும் பகுத்தறிவு இருந்தாலும், இறுதியில் சுயநலமே வெல்லும்! ஆகவே, பிறருக்குக் கல்வியறிவை அளிப்பதன் மூலம் தீண்டாமை ஒருபோதும் ஒழியாது.

பகுத்தறிவால் தீண்டாமையை ஒழிக்கமுடியாவிடில், பக்தியால் இதனை வேரறுக்கலாம். தீண்டாமையைக் கடைபிடிப்பது பாவமென்ற கருத்தை முன்வைக்கலாம். சாதி இந்துக்களின் மனம் இளகும். தீண்டாமை முடிவுக்குக் கொண்டு வரப்படும்.

இவ்வாதத்தையும் தவறென்று அண்ணல் அம்பேத்கர் பின்வருமாறு நிரூபிக்கிறார்:

இந்துமதத்தின் அடித்தளம் சாதிய ஏற்றத்தாழ்வுகளே! இத்தகைய ஏற்றத்தாழ்வுகளைப் போக்க விழைவது இந்து மதத்தின் கால்கோளையே சிதைப்பதைப் போலாகும்! பக்தியின் விளைவால், இந்துமதம் தனக்குத்தானே அழிவைத் தேடிக்கொள்ளாது. வரலாற்றிலிருந்தும் இதனைப் பார்க்கலாம். நீக்ரோக்களும், வெள்ளையர்களும் ஒரே மதத்தைச் சேர்ந்தவர்களே. இருப்பினும் அமெரிக்காவில் நிறவெறி நீடித்துக்கொண்டுதானே இருக்கிறது!

எனவே, இத்தகைய கருத்தாக்கங்களிலிருந்து தாழ்த்தப்பட்டோர் தம்மைத்தாமே காத்துக்கொள்ள வேண்டுமென்று அண்ணல் அம்பேத்கர் எச்சரிக்கிறார்.

சரி, தாழ்த்தப்பட்டோரை முன்னேற்ற அண்ணல் அம்பேத்கர் கூறிய இரண்டு செயல்திட்டங்கள்? அடுத்து நாம் பார்க்கப்போவது அதைத்தான்!

இருளகல இரு கட்டளைகள்

அடிமைத்தளையிலிருந்து தாழ்த்தப்பட்டோர் விடுபட, அவர்தம் வாழ்க்கைநிலை முன்னேற, அண்ணல் அம்பேத்கர் கூறிய செயல்திட்டங்கள் இரண்டே இரண்டு:

(1) கல்வி மற்றும் (2) அரசியல் அதிகாரம்

தாழ்த்தப்பட்டோர் கல்வியைக் கைக்கொள்ள வேண்டும். நல்ல கல்வியின் மூலம் நல்ல வேலை கிடைத்துப் பொருளாதார ரீதியாக முன்னேறலாம் என்பதைத் தாண்டி, அறியாமையும், மூடப்பழக்கங்களும் ஒழிந்திடவும், சமுதாயத்தில் நல்ல நிலையை எய்திடவும் கல்வி இன்றியமையாதது! கல்வி கற்ற தாழ்த்தப்பட்டோர், தம்முடைய இனத்தைச் சார்ந்த மற்றவருக்கும் கற்பிக்க வேண்டும். இந்த முறையைக் கடைப்பிடித்தால், நாளடைவில் ஒட்டுமொத்த தாழ்த்தப்பட்ட இனமும் கல்வியின் காரணமாக முன்னேறியிருக்கும்!

கல்வியறிவு பெறுவதோடு செயல்திட்டம் நின்றுவிடக்கூடாது. தாழ்த்தப்பட்டோருக்கு அரசியல் அதிகாரமும் கைவரவேண்டும். சாதி இந்துக்களின் அதிகாரத்தை எதிர்கொண்டு முறியடிக்க, தாழ்த்தப்பட்டோருக்கும் அதிகாரம் வேண்டும். (ஒருவகையில் பார்த்தால் தாழ்த்தப்பட்டோருக்குத் தடையின்றிக் கல்வி கிடைத்திடவும் இந்த அரசியல் அதிகாரம் வேண்டும்! ஏனெனில், கற்பதற்குத் தாழ்த்தப்பட்டோர் விழைந்தாலும், அவர்கள் கற்றுக்கொள்ள முடியாதபடி சாதி இந்துக்களால் அதிகாரம் செய்திட முடியுமல்லவா!)

இந்த இரண்டையும் முழங்கிவிட்டுப் பேச்சளவில் மட்டும் நிறுத்திவிடாமல், இத்திட்டங்களுக்குச் செயல்வடிவமும் தந்தவர் அண்ணல் அம்பேத்கர்.

முதலில் கல்வியை எடுத்துக்கொள்வோம். தான் கூறியதற்கேற்ப, மற்ற தாழ்த்தப்பட்டவர்களுக்கெல்லாம் முன்னுதாரணமாகத் தாமே நிரம்பக் கற்றவராக இருந்தார் அண்ணல் அம்பேத்கர்! தாழ்த்தப்பட்டோருக்கு மட்டுமா அவர் முன்னுதாரணம்? கற்றிட விரும்பும் எவருக்கும் அவரொரு உதாரண புருஷன்! அண்ணல் அம்பேத்கர் அளவுக்குக் கல்வியில் மிகச்சிறந்து விளங்கிய இந்திய அரசியல்வாதி எவருமில்லை.

அரசியல் அதிகாரம்? தாழ்த்தப்பட்டோருக்குத் தனிப்பட்ட வாக்காளர் முறை கிடைப்பதே, அவ்வினத்தின் அரசியல் அதிகாரப் போராட்டத்திற்குக் கிடைக்கக்கூடிய ஆகச்சிறந்த வெற்றியாகக் கருதி, அதை அடைந்தும் காட்டியவர் அண்ணல் அம்பேத்கர். காந்தியடிகளோடு ஏற்பட்ட பூனா ஒப்பந்தத்தின் காரணமாக இலக்கை அடைவதில் தொய்வு ஏற்பட்டாலும், இன்றுவரையில் அண்ணல் அம்பேத்கரின் கொள்கைகளே தாழ்த்தப்பட்டோரின் போராட்டங்களை வழிநடத்துகின்றன.

ஒருவேளை அமெரிக்க நீக்ரோ இனத்தவரிடையே அண்ணல் அம்பேத்கர் பிறந்திருந்தால், உலக அளவில் புகழ்பெற்ற தலைவராக விளங்கியிருப்பார். அம்பேத்கரைப் போன்ற அறிவுஜீவிகளையெல்லாம் அமெரிக்க நாடு, தன்னுடைய குடியரசுத்தலைவராக்கி அழகு பார்த்திருக்கும்! இன்னொரு ஆபிரஹாம் லிங்கன் என்ற அளவிற்கு அண்ணல் புகழ் பெற்றிருப்பார்!

நம் நாட்டில் அதற்கெல்லாம் எங்கே இடம்? அண்ணல் அம்பேத்கருக்குச் சட்டத்துறையைத் தந்ததோடு நிறுத்திக்கொண்டோம்! நாட்டின் மிக உயர்ந்த சிவிலியன் விருதான 'பாரத ரத்னா' அண்ணல் அம்பேத்கருக்கு எப்போது வழங்கப்பட்டது தெரியுமா? அண்ணல் பரிநிர்வாணம் அடைந்து ஏறக்குறைய முப்பத்து நான்கு ஆண்டுகளுக்குப் பிறகு 1990இல்!

இதுதான் இந்தியா!

(முற்றும்)

www.ingramcontent.com/pod-product-compliance
Lightning Source LLC
LaVergne TN
LVHW060124051026
849517LV00007B/2388